Tủ Sách Bảo Anh Lạc 89

NGHI THỨC CÚNG THÁNH TỔ KIỀU ĐÀM DI

(Mồng 8 Tháng 2 Âm Lịch)

Thích Nữ Giới Hương
biên soạn

(Tái bản lần thứ nhất)

NXB TÔN GIÁO

HƯƠNG SEN PUBLISHER

Huong Sen Buddhist Temple

19865 Seaton Avenue,

Perris, CA 92570, USA

Tel: 951-657-7272, Cell: 951-616-8620

Email: huongsentemple@gmail.com,

thichnugioihuong@yahoo.com

Facebook:https://www.facebook.com/huongsentemple

Web: www.huongsentemple.com

LỜI ĐẦU

Cây có cội mới trổ cành xanh lá
Nước có nguồn mới bủa khắp rạch sông.

Là con Phật, chúng ta phải biết tri ân và báo ân. Thánh tổ Kiều Đàm Di là Sơ Tổ của Ni giới Phật giáo. Ngài với lòng thành tha thiết, muốn được gia nhập Tăng đoàn và đã cùng với 500 Hoàng nữ từ Cung thành Ca-tỳ-la-vệ đi đến nơi Phật và chư Tăng đang cư trú để cầu xin xuất gia. Hành trình cầu đạo của Di Mẫu vô cùng gian khổ. Ngài đã cùng với đoàn tùy tùng đi chân trần cả nghìn dặm, trải qua bao cảnh nắng sương, gió bụi... Những đôi gót son của Di Mẫu và những Hoàng nữ quý tộc này đã sưng vù và rướm máu.

Ban đầu, Đức Phật từ chối vì nghĩ rằng nhi nữ yếu đuối làm sao chịu đựng được sự kham khổ tu tập, nhất là Di Mẫu và các công nương vốn là dòng dõi quý tộc - Di Mẫu và đoàn hoàng nữ bạch Phật một lòng muốn cầu đạo giải thoát, ra khỏi kiếp sống vô thường luân hồi sanh tử. Cảm động trước tấm lòng cầu đạo của Di Mẫu, tôn giả A-Nan đã đảnh lễ Phật để xin Phật cho phép và cuối cùng Đức Phật đã chấp nhận giới nữ xuất gia. Từ đó, Ni đoàn được thành lập và theo dòng thời gian được truyền bá khắp nơi trên thế giới.

Phật giáo Việt Nam du nhập vào Hoa Kỳ từ những thập niên 1960 và cho đến hôm nay (năm 2024), hàng trăm ngôi chùa Việt Nam được thành lập khắp nước Hoa

Kỳ, trong đó chùa Ni chiếm một số lượng không nhỏ so với Chùa Tăng.

Chư Ni luôn nhớ đến công ơn Thánh tổ Kiều Đàm Di Đại Ái Đạo và các Ni trưởng tiền bối hữu công đã thành lập Ni đoàn và tiếp giữ mạng mạch Phật Pháp cho đến hôm nay, vì lẽ đó nên chư Ni chúng con đã phát nguyện mỗi năm các chùa Ni tại Miền Nam và Bắc California sẽ luân phiên đăng cai tổ chức lễ Tưởng Niệm ân sư.

Ngày 14 tháng 03 năm 2024, Chùa Hương Sen do Ni sư TN Giới Hương trụ trì, đăng cai tổ chức và vì nhu cầu cần có cuốn nghi lễ và chương trình MC để tiến hành lễ tưởng niệm, nên chúng con không ngại sự hạn hẹn của kiến thức mà biên soạn nhanh cuốn **NGHI THỨC CÚNG THÁNH TỔ KIỀU ĐÀM DI** (cuốn thứ 89 trong tủ sách Bảo Anh Lạc) để đáp ứng hạnh nguyện này. Nội dung cuốn Nghi Thức Cúng Thánh Tổ Kiều Đàm Di là những lễ nghi mà chúng con sưu tầm trên online và các buổi lễ Tưởng niệm mà chúng con đã tham dự trước đây.

Trong buổi lễ Tưởng Niệm của ngày 14/03/2024, với sự hiện diện quý báu của Chư Tôn Tịnh Đức Tăng Ni cùng quý Đạo Hữu Phật Tử, đã cùng nhau nhiễu quanh Tôn tượng Thánh Tổ Đại Ái Đạo, cùng nhau nhắc về tiểu sử cũng như công hạnh hy sinh thành lập Ni đoàn của Thánh Tổ để chư Ni học hỏi, nối bước, duy trì nếp sống thiền môn giải thoát, nung đúc chí nguyện của hàng xuất gia ni giới. Sự quang lâm tham dự lễ của quý ngài như "Tăng đáo Phật lai," sự nhiễu tháp thiền hành thánh thoát, lời pháp nhũ khai thị tỉnh thức, nghi dâng lục cúng trang nghiêm, dùng cơm chay tịnh hỉ... đều là những hình ảnh và giây phút đáng ghi nhớ. Đó là lý do cuốn **KỶ YẾU LỄ TƯỞNG NIỆM THÁNH TỔ KIỀU ĐÀM DI TẠI**

CHÙA HƯƠNG SEN NĂM 2024 (cuốn thứ 92 trong tủ sách Bảo Anh Lạc) được ra mắt như để ghi lại những buổi hợp mặt có ý nghĩa của Chư Ni tại Hoa Kỳ mà Chùa Hương Sen được thắng duyên tổ chức và cúng dường.

Sẽ có nhiều thiếu sót trong việc biên soạn hai cuốn kinh sách quan trọng này, kính mong Chư Tôn Thiền Đức Tăng Ni hoan hỉ chỉ dạy để lần tái bản sau sẽ được hoàn chỉnh hơn.

Chúng con thành kính tri ân.

Ái Gia Phong Ngàn Năm Còn Ghi Dấu

Sáng ngời Thánh Tổ Kiều Đàm Di, Trưởng Lão Ni Tiền Bối.

Nam mô Chư Lịch Đại Tổ Sư Tiền Bối Hữu Công

Nam mô Phật Mẫu Kiều Đàm Di Ni Đại Ái Đạo Tổ Sư

tác đại chứng minh.

Chùa Hương Sen, ngày 17 tháng 03 năm 2024

(Nhằm mồng 8 tháng 2 năm Giáp Thìn)

Kính lễ,

Hậu học: **Thích Nữ Giới Hương**

MỤC LỤC

PHỤ LỤC:

CÚNG HƯƠNG

(Ni chúng quỳ và chủ lễ niêm hương)

Xin cho khói trầm thơm
Kết thành mây năm sắc
Dâng lên khắp mười phương
Cúng dường vô lượng Bụt
Vô lượng chư Bồ Tát
Cùng các thánh hiền tăng
Nơi pháp giới dung thông
Kết đài sen rực rỡ
Nguyện làm kẻ đồng hành
Trên con đường giác ngộ
Xin mọi loài chúng sanh
Từ bỏ cõi lãng quên
Theo đường giới định tuệ
Quay về trong tỉnh thức.
Nam Mô Hương Cúng Dường
Bồ Tát Ma Ha Tát. (3 lần) (ooo)

NGƯỠNG NGUYỆN

Nam Mô Bổn Sư Thích Ca Mâu Ni Phật.

Nam mô Đại Thánh Khải Giáo A-Nan-Đà tôn giả.

Nam mô Sơ Tổ Ni Giới Đại Ái Đạo Kiều Đàm Di Mẫu– Đương Lai Nhất Thiết Chúng Sanh Hỷ Kiến Phật tác đại chứng minh.

Hôm nay… ngày… âm lịch nhằm…, đệ tử chúng con Tỳ-kheo-ni… cùng Quý Ni trưởng và chư đại đức Ni… vân tập tại Chùa….. địa chỉ…. thành tâm thiết lễ Giỗ Sơ Tổ Ni Giới - Đại Ái Đạo Kiều Đàm Di Mẫu. Chúng con hiện tiền chư tôn đức Ni từ các tự viện tại Nam, Bắc California và các tiểu bang khác tại Hoa Kỳ, một dạ chí thành đồng tụng kinh Đại Ái Đạo, cuộc đời gian khổ cầu đạo của Thánh Tổ, tiến nghi cúng cơm cùng kinh hành niệm Phật công đức.

Thiết nghĩ rằng Đức Thánh Tổ Đại Ái Đạo Kiều Đàm Di, Ngài đã dấn thân vượt khó cầu xin Đức Phật cho phép Ni giới được xuất gia, hội nhập Tăng Đoàn, đã mở ra trang sử rạng ngời cho Ni giới ngày nay. Với lòng hoài niệm ân xưa, chư Ni miền Nam California, Hoa Kỳ,…. chúng con hằng năm đều hân hoan, thành kính tổ chức GIỖ TỔ - Đại Lễ Tưởng Niệm Đức Thánh Tổ Kiều Đàm Di.

Ngưỡng nguyện Đức Từ Phụ Bổn Sư Thích Ca Mâu Ni Phật, Đức Đại Thánh Khải Giáo A-Nan-

Đà tôn giả, Đức Sơ Tổ Ni Giới Đại Ái Đạo Kiều Đàm Di Mẫu tác đại chứng minh.

Nam Mô Chứng Minh Sư Bồ tát Ma Ha Tát.

(3 lần) (ooo)

TÁN DƯƠNG

(Hương đã cắm vào bình,
đại chúng đứng lên và chủ lễ xướng):

Xinh tốt như hoa sen
Rạng ngời như Bắc Đẩu
Xin quay về nương náu
Bậc thầy của nhân, thiên.
Sen quý nở đài giác ngộ
Hào quang chiếu rạng mười phương
Trí tuệ vượt tầm pháp giới
Từ bi thấm nhuận non sông
Vừa thấy dung nhan Điều ngự
Trăm ngàn phiền não sạch không
Hướng về tán dương công đức
Tinh chuyên đạo nghiệp vun trồng.

Nam mô đức Bổn Sư Thích Ca Mâu Ni Phật. (o)

LẠY PHẬT

Vị chủ lễ xướng các danh hiệu sau đây, và đại chúng lạy xuống một lạy theo tiếng chuông gia trì sau mỗi danh hiệu:

Chí tâm đảnh lễ:

Phật, Pháp và Tăng thường trụ trong mười phương. (o)

Nam mô Bổn Sư Thích Ca Mâu Ni Phật. (o)

Nam mô Đại Trí Văn Thù Sư Lợi Bồ Tát. (o)

Nam mô Đại Hạnh Phổ Hiền Bồ Tát. (o)

Nam mô Đại Bi Quan Thế Âm Bồ Tát. (o)

Nam mô Đại Nguyện Địa Tạng Vương Bồ Tát. (o)

Nam mô Tôn Giả Thượng Thủ Ma Ha Ca Diếp. (o)

Nam mô Tôn Giả Đại Trí Trưởng Lão Xá Lợi Phất. (o)

Nam mô Tôn Giả Đại Hiếu Ma Ha Mục Kiền Liên. (o)

Nam mô Tôn Giả Luật Sư Ưu Ba Ly. (o)

Nam mô Tôn Giả Khải Giáo A Nan Đà. (o)

Nam mô Tôn Giả Sơ Thánh Tổ Ni Giới Kiều Đàm Di Đại-Ái-Đạo. (o)

Nam mô liệt vị Tổ Sư qua các thời đại từ Thiên Trúc đến Việt Nam, Hoa Kỳ và trên thế giới. (ooo)

TÁN DƯƠNG CHI

(Mời Ni chúng an ngồi xuống và khai chuông mõ)

Cành dương nước tịnh nhiệm mầu

Rưới tắt muôn vàn cảnh khổ đau

Chư Thiên mát mẻ, tâm thanh tịnh

Nhân thế vui tươi, cảnh an nhàn

Cam lồ rưới khắp trần gian

Lửa sân dứt sạch, sen vàng nở hoa.

Nam Mô Thanh Lương Địa Bồ Tát Ma Ha Tát. (3 lần) (o)

Nam mô Sơ Tổ Ni Giới Đại Ái Đạo Kiều Đàm Di Mẫu - Đương Lai Nhất Thiết Chúng Sanh Hỷ Kiến Phật. (3 lần) (o)

CHÚ ĐẠI-BI

Nam Mô Đại Bi Hội Thượng Phật Bồ Tát. (3 lần) (o)

Thiên thủ thiên nhãn vô ngại đại-bi tâm đà-la-ni.

Nam Mô hắc ra đát na, đa ra dạ da. Nam Môa rị da, bà lô yết đế, thước bát ra da, Bồ-đề tát đỏa bà da, ma ha tát đỏa bà da, ma ha ca lô ni ca da, án, tát bàn ra phạt duệ số đát na đát tỏa.

Nam Mô tất kiết lật đỏa y mông a rị da, bà lô kiết đế thất Phật ra lăng đà bà.

Nam Mô na ra cẩn trì hê rị ma ha bàn đa sa mế, tát bà a tha đậu thâu bằng, a thệ dựng, tát bà tát đa, na ma bà già, ma phạt đạt đậu, đát điệt tha. Án a bà lô hê, lô ca đế, ca ra đế, di hê rị, ma ha bồ-đề tát đỏa, tát bà tát bà, ma ra ma ra, ma hê ma hê, rị đà dựng, cu lô cu lô kiết mông, độ lô độ lô, phạt xà da đế, ma ha phạt xà da đế, đà ra đà ra, địa rị ni, thất Phật ra da, dá ra dá ra. Mạ mạ phạt ma ra, mục đế lệ, y hê y hê, thất na thất na a ra sâm Phật ra xá-lợi, phạt sa phạt sâm, Phật ra xá da, hô lô hô lô ma ra, hô lô hô lô hê rị, ta ra ta ra, tất rị tất rị, tô rô tô rô, bồ-đề dạ bồ-đề dạ, bồ-đà dạ, bồ-đà dạ, di đế rị dạ, na ra cẩn trì địa rị sắc ni na, ba dạ ma na ta bà ha. Tất đà dạ ta bà ha. Ma ha tất đà dạ ta bà ha. Tất đà du nghệ thất bàn ra dạ, ta bà ha. Na ra cẩn trì ta bà ha. Ma ra na ra ta bà ha. Tất ra tăng a mục khê da, ta bà ha. Ta bà ma ha, a tất đà dạ, ta bà ha. Giả kiết ra a tất đà dạ, ta bà ha. Ba đà ma yết tất đà dạ, ta bà ha. Na ra cẩn trì bàn đà ra dạ, ta bà ha. Ma bà lị thắng yết ra dạ, ta bà ha.

Nam Mô hắc ra đát na, đa ra dạ da. Nam Mô a rị da, bà lô yết đế, thước bàng ra dạ, ta bà ha.

Án tất điện đô, mạn đa ra, bạt đà dạ, ta bà ha.
(3 lần) (o)

Nam mô Thập phương Thường trú Tam Bảo.
(3 lần) (o)

PHÁT NGUYỆN TRÌ KINH

Lạy đấng Thầy ba cõi,

Quy mạng Phật mười phương.

Con nay phát nguyện lớn,

Thọ trì tạng Pháp Bảo,

Trên đền bốn ơn nặng,

Dưới cứu khổ ba đường.

Nguyện cho người thấy nghe

Đều **phát tâm bồ-đề,**

Sống an vui giải thoát. (o)

Nam-mô Bổn Sư Thích-ca Mâu-ni Phật.
(3 lần) (o)

KỆ KHAI KINH

Thăm thẳm cao siêu Pháp nhiệm mầu

Trăm ngàn muôn kiếp khó tìm cầu,

Con nay nghe thấy chuyên trì niệm,

Nguyện tỏ Như Lai nghĩa nhiệm mầu.

Nam Mô Bổn Sư Thích Ca Mâu Ni Phật. (3 lần) (o)

Nam mô Sơ Tổ Ni Giới Đại Ái Đạo Kiều Đàm Di Mẫu - Đương Lai Nhất Thiết Chúng Sanh Hỷ Kiến Phật. (3 lần) (o)

KINH ĐẠI ÁI ĐẠO TỲ KHEO NI

(Quyển Thượng)

LINH SƠN PHÁP BẢO ĐẠI TẠNG KINH

BỘ LUẬT KINH SỐ 1478

KINH ĐẠI ÁI ĐẠO TỲ KHEO NI

Hán dịch: Mất tên người dịch, phụ vào dịch phẩm đời Bắc Lương.

Một thời, Đức Phật ở tại Tịnh xá của dòng họ Thích thuộc thành Ca-duy-la vệ, cùng với chúng đại Tỳ kheo hội đủ. Bấy giờ, Đại Ái-đạo-Kiều-đàm-di đi đến chỗ Đức Phật cúi đầu đảnh lễ rồi đứng qua một bên, chấp tay thưa Phật:

- Tôi nghe người nữ tinh tấn thì có thể đạt được bốn đạo quả của Sa môn, nên xin được lãnh thọ pháp luật của Phật. Vì tôi ở nhà có lòng tin và ưa, thích nên muốn xuất gia theo đạo. (o)

Phật bảo:

- Thôi đi! Này Kiều Đàm Di! Ta không thích cho người nữ vào trong pháp luật của Ta, mặc y pháp của Ta. Hãy nên suốt đời thanh tịnh tinh khiết, suy xét phạm hạnh, tĩnh ý tự giữ gìn, chưa từng khởi tưởng luôn rỗng lặng như Đạo, không niệm tà dục, tâm thường tịch tĩnh là an lạc.

Khi ấy, Đại Ái Đạo lại tha thiết mong cầu:

- Như vậy làm hành giả có thể được chăng? Xin

Phật cho phép xuất gia để tôi được đến Niết Bàn.

Thưa như vậy đến ba lần, Đức Phật cũng vẫn không chấp nhận, nên bà lại đến trước Đức Phật đảnh lễ, nhiễu quanh Phật rồi trở về. Đi chưa được bao lâu, Đức Phật cùng với các vị đại Tỳ-kheo đông đủ, từ tinh xá của dòng họ Thích, lần lượt đi vào thành Ca-duy-la-vệ. Lúc này, Đại Ái Đạo nghe Đức Phật cùng các vị đệ tử đã đi vào trong nước mình, nên tâm vô cùng hoan hỷ, liền đi tới chỗ Phật, chấp tay đảnh lễ nơi chân Phật, rồi lui ra ngồi yên. Sau đấy thì quỳ dài chấp tay, bạch Phật:

Tôi nghe người nữ tinh tấn tức có thể chứng đắc bốn đạo quả Sa môn, nên xin được thọ nhận pháp luật của Phật, khiến đạt được đạo Chánh chân Vô thượng. Tôi do ở nhà có lòng tin và sự ưa thích, hiểu biết về vô thường, như thế nên mong muốn xuất gia tu đạo. (o)

Đức Phật bảo:

- Thôi đi, Kiều-đàm-di! Như lai không thích để người nữ vào trong pháp luật của Phật, mặc pháp y của Phật. Hãy nên trọn đời giữ lấy thanh tịnh, tinh khiết nơi bản thân, suy xét về phạm hạnh, tạo ý tịch tĩnh, chưa từng dấy khởi tưởng, rỗng lặng như đạo, không niệm tà dục, tâm thường vắng lặng là an lạc.

Đại Ái Đạo liền tha thiết cầu xin, nói:

- Hành giả như vậy là có thể được chăng? Xin Phật cho phép xuất gia để tôi được đến Niết bàn.

Thưa xin đến ba lần, Phật vẫn không chấp nhận. Đại Ái Đạo liền trước sau đảnh lễ, nhiễu quanh Phật rồi lui ra, tự xót xa, thương cảm, hối lỗi, nước mắt đầm đìa, không thể kìm chế, tự nghĩ:

- Làm thân người nữ vốn nhiều tội lỗi nên mới như thế.

Bà liền phát nguyện lớn:

- Nguyện cho các vị Bồ tát, người cùng phi nhơn đừng mang tâm ý như người nữ. Hôm nay ta phải cầu xin Phật, trọn đời không biếng nhác, mệt mỏi.

Bấy giờ, Phật các Đại Tỳ-kheo ở lại nước này ba tháng để tránh mưa, đã may vá y xong, nên mặc y mang bát du hành tới nước khác. Đại Ái Đạo bèn cùng với các bà mẹ đi theo Phật. Đức Phật đi tới huyện Na-hòa, dừng nghỉ bên sông. Đại Ái Đạo liền đến trước Phật cung kính đảnh lễ, đứng qua một bên, rồi thưa Phật như hai lần trước. Đức Phật cũng bảo như trước. (o)

Thưa xin cũng đến ba lần, Phật vẫn không đồng ý, nên Đại Ái Đạo lễ Phật, nhiễu quanh Phật rồi lui ra đứng ở ngoài cửa, áo quần nhàu nát, đầy bụi bặm đứng chân trần, nước mắt như mưa, mặt mày mồ hôi nhễ nhại, thân thể mệt mỏi, khóc than nức nở, không cầm lòng được, tự mình hối tiếc:

- "Thân nữ xấu ác, có tám mươi bốn điều làm mê loạn trượng phu khiến mất đạo đức. Phật đã biết rõ nên mới suy xét như vậy. Người nam trong thiên hạ không bị người nữ mê hoặc thì rất khó! Hôm nay ta dùng thân nữ này muốn vào đạo, cần phải giữ mình thanh khiết không dám xao lãng. Chỉ có con mới độ mẹ mà trọn không mất bổn nguyện của con".

Hiền giả A Nan thấy Đại Ái Đạo không vui như thế, liền hỏi:

- Này Kiều Đàm Di! Vì sao áo quần nhàu nát, đầy bụi bặm, đi chân không, mặt mày tiều tụy, thân tướng mệt nhọc, buồn bã khóc lóc như vậy?

Đại Ái Đạo đáp:

- Hiền giả A Nan! Hôm nay tôi vì là người nữ nên không được lãnh thọ pháp và luật của Phật, do đó nên tôi rất buồn. (o)

Hiền giả A Nan nói:

- Không nên buồn nữa! Này Kiều Đàm Di! Đừng nôn nóng và buồn khóc nữa! Đợi tôi vào chỗ Đức Phật sẽ thưa việc ấy cho, để mẹ được an vui.

Đại Ái Đạo nói:

- Xin Hiền giả thưa Phật cho chúng tôi được xuất gia.

Hiền giả A Nan liền đi vào chỗ Phật, chắp tay quỳ gối cúi đầu đảnh lễ dưới chân Đức Phật ba

lần rồi thưa:

- Con nghe Phật dạy người nữ tinh tấn thì có thể đạt được bốn đạo quả Sa môn. Hôm nay Đại Ái Đạo chí tâm mong muốn được lãnh thọ pháp luật của Phật. Vì lúc còn ở nhà, người đã có lòng tin, ưa thích, biết rõ về vô thường, tự xét tâm tánh, hiểu biết sâu xa. Hôm nay muốn xuất gia vào đạo, kính xin Đức Phật chấp nhận. (o)

Đức Phật bảo:

- Thôi đi! Này A Nan! Ta không thích cho người nữ vào trong pháp luật của Ta làm sa môn. Vì sao? Vì việc ấy tất sẽ làm nguy hại đến các bậc thanh cao. Này A Nan! Ví như trong gia đình tôn quý sanh con nữ nhiều nam ít, nên biết nhà đó sắp suy yếu, không được hưng thịnh, lớn mạnh. Hôm nay, nếu cho người nữ vào trong pháp luật của Ta, chắc chắn sẽ khiến cho phạm hạnh thanh tịnh của Phật pháp không được tồn tại lâu dài. Ví như ruộng lúa đã chín mà gặp thời tiết xấu, làm cho lúa tốt bị hư hại. Hôm nay nếu cho người nữ vào trong pháp luật của Ta, tất sẽ khiến cho Đạo lớn, tức phạm hạnh thanh tịnh của Phật pháp không được trụ lâu. Này A Nan! Ví như đám ruộng tốt lại mọc nhiều cỏ, chắc chắn chúng sẽ làm hư hại ruộng lúa. Hôm nay, nếu cho người nữ vào pháp của Ta thì cũng như vậy, nếu người nữ có mặt trong pháp luật của Ta, khi không có ai thành tựu pháp Phật người nữ sẽ nương vào pháp ấy để hủy hoại phạm hạnh thanh tịnh, khiến rơi vào ái dục, nguồn gốc tạo ra các tội.

Hiền giả A Nan lại thưa:

- Đại Ái Đạo đã có rất nhiều thiện ý đối với Phật. Khi Phật mới sanh, bà đã nuôi dưỡng cho đến trưởng thành, đều là nhờ ân đức thiện lạc của Đại Ái Đạo. (o)

Phật bảo:

- Này A Nan! Đúng vậy! Đại Ái Đạo có nhiều thiện ý và có ân đức lớn đối với Ta, Ta sanh ra được bảy ngày đã bị mất mẹ, Đại Ái Đạo nuôi dưỡng Ta đến khi trưởng thành. Hôm nay Ta là bậc tôn quý trong khắp cõi Trời người, đã thành Phật, hiệu là Như Lai Vô thượng Chánh đẳng Chánh giác, Ta vẫn luôn nhớ ân đức sâu nặng của Đại Ái Đạo đối với Ta. Đại Ái Đạo nhờ có ân này nên đã được quy y với Phật, Pháp, Tăng. Lại còn tin Phật, tin Pháp, tin Tăng, không nghi ngờ về Khổ, không nghi ngờ về Tập, không nghi ngờ về Diệt, không nghi ngờ về Đạo, hiểu rõ về bốn Đế, đã thành tựu Đạo, thành tựu niềm tin, thành tựu được giới cấm, thành tựu được danh tiếng tốt, thành tựu được bố thí, thành tựu được trí tuệ, cũng có thể tự điều phục được việc: Không sát sanh, không trộm cắp của người khác, không dâm dật, không nói dối, không uống rượu say sưa. Như vậy, này A Nan! Giả sử có người trọn đời cung cấp thức ăn uống, áo mặc, giường nằm, thuốc men cũng không bằng ân đức này dù chỉ một phần trong ức trăm ngàn phần.

Này A Nan! Giả sử người nữ muốn làm Sa-môn phải tuân giữ "Bát kính pháp" không được trái vượt, phải trọn đời học tập và thọ trì, tự mình ghi chép biết rõ và chuyên tâm thực hành. Ví như đề phòng nước lũ phải đắp bờ đê, không được để chảy tràn, nếu chấp nhận như vậy thì được nhập vào trong giáo pháp và giới luật của Ta. (o)

"Bát kính" là gì? Một là, đối với Tỳ-kheo đã thọ Đại giới, người nữ làm Tỳ-kheo ni phải theo vị ấy lãnh thọ chánh pháp, không được xem thường, không được đùa cợt và nói những điều không cần thiết để tự vui vẻ. Hai là, Tỳ-kheo thọ trì Đại giới nửa tháng trở lên, Tỳ-kheo ni phải đảnh lễ phụng sự vị ấy, không được bảo với Sa-môn mới thọ giới:"Tinh tấn có mệt nhọc không? Hôm nay lạnh, nóng đến như vậy" Nếu nói những lời này sẽ làm loạn tâm của Tỳ-kheo mới học, phải luôn tự cung kính, cẩn thận, sách tấn tu học, khuyên nhủ người mới học, xa lìa ham muốn, tĩnh lặng tự giữ gìn. Ba là, Tỳ-kheo và Tỳ-kheo ni không được ở chung, nếu cùng ở chung là không thanh tịnh, là bị dục ràng buộc, không tránh khỏi tội lỗi. Phải kiên trì chế ngự, đoạn trừ dục tình, tĩnh lặng tự giữ gìn. Bốn là, ba tháng ở một chỗ, phải tự trao đổi những điều đã nghe đã thấy, phải tự suy xét. Nếu nghe lời tà thì chỉ nghe mà không đáp, nghe

hoặc không nghe, thấy hoặc không thấy, cũng không nên qua lại, im lặng tự giữ. Năm là, Tỳ-kheo ni không được thưa hỏi điều mình đã rõ, nếu Tỳ-kheo đem điều đã nghe đã thấy để hỏi Tỳ-kheo ni, Tỳ-kheo ni liền phải tự mình xem xét lỗi xấu của mình, không được lớn tiếng tỏ ra thái độ, phải tự suy xét, im lặng tự giữ gìn. Sáu là, Tỳ-kheo ni có điều gì thắc mắc trong Đạo pháp thì được thưa hỏi Tỳ-kheo về những điều trong Kinh, Luật, nhưng chỉ được nói về trí tuệ Ba-la-mật, không được cùng nói việc không cần thiết của thế gian, nếu người nào nói việc không cần thiết của thế gian thì biết người này chẳng phải vì Đạo, là người buông lung ở thế gian, phải xem xét kĩ càng, im lặng tự giữ. Bảy là, Tỳ-kheo ni chưa được đắc đạo, nếu phạm giới trong pháp luật, mỗi nửa tháng nên đến chỗ chúng Tăng, tự tỏ bày lỗi lầm và xin sám hối: "Do thái độ kiêu mạn, hôm nay con tự hổ thẹn, tự xem xét sâu xa, im lặng giữ gìn". Tám là, Tỳ-kheo ni tuy đã thọ Giới được một trăm tuổi hạ vẫn ngồi sau Tỳ-kheo mới thọ Đại giới, phải khiêm nhường, cung kính đảnh lễ. Đó gọi là "Bát kính pháp". Ta dạy người nữ, phải tự thâu giữ tâm ý tu học, không được trái vượt, phải suốt đời học và thực hành. Nếu Đại Ái Đạo xét kĩ có thể giữ gìn "Bát kính pháp" này thì mới cho làm Sa-môn. (o)

Hiền giả A Nan nghe lời dạy của Đức Phật rồi,

suy nghĩ chín chắn, sâu xa và chấp nhận, liền đứng dậy đảnh lễ lui ra, nói với Đại Ái Đạo:

- Này Kiều Đàm Di! Đừng buồn nữa! Đã có lòng tin xuất gia thì sẽ được xuất gia vào đạo, cũng rất an ổn. Đức Phật dạy người nữ làm Sa-môn phải tuân theo "Bát kính pháp" phải trọn đời siêng năng học tập và thực hành, phải giữ tâm như khéo giữ bờ đê ngăn ngừa nước lũ không được để chảy tràn.

Lúc ấy, Hiền giả A Nan vì Di mẫu đại Ái Đạo nói lại đầy đủ về "Bát kính pháp" được Đức Phật chỉ dạy. Phải như vậy mới có thể được vào pháp luật của Phật. (o)

Nghe xong, Đại Ái Đạo rất vui mừng nói:

- Xin vâng, thưa Hiền giả A Nan! Cho phép tôi nói một điều: Ví như có người nữ thuộc bốn tộc họ, tắm rửa sạch sẽ, xoa hương, mặc y phục và trang điểm đẹp đẽ, vì người nhằm tạo lợi ích, như vậy có được lợi ích an lạc không?

Đáp:

- Rất an lạc.

Bà lại nói:

- Lại dùng hoa thơm ngọc báu kết làm chuỗi ngọc, đem cho người nữ, lúc nào mà họ chẳng ưa thích và đội trên đầu! Hôm nay, Đức Phật chỉ dạy về "Bát kính pháp", tôi cũng quán sát tâm mình, nguyện cúi đầu cung kính lãnh thọ thực

hành, toại nguyện được sự nghiệp dù nghìn vạn khó khăn cũng không hối hận. (o)

Bà tự thệ nguyện như vậy và rất vui mừng.

Bấy giờ, Đức Phật liền trao mười giới cho Đại Ái Đạo làm Sa-di ni:

- Sa-di ni giữ giới là đoạn trừ các căn. Không được sát sanh loài cầm thú, côn trùng, chặt cây xanh, làm gãy hoa lá, hoàn toàn không có tâm sát hại. Không được trộm cắp, không được tham lam tài vật của người. Hoặc ham sắc dục, lời ngọt ngào làm người mê loạn: "Tham được bố thí để làm sự nghiệp", điều lợi này bị rơi vào tội tham lam, trộm cắp. Tỳ-kheo ni phải cẩn thận, không được can dự.

Bấy giờ, Đại Ái Đạo thọ mười giới làm Sa-di ni. Những gì là mười Giới:

Một là: Làm bậc Hiền giả hành đạo phải dùng tâm từ bi không khởi tâm độc hại, suốt đời không được giết hại chúng sanh, hoặc làm tổn thương đến người và vật, luôn đem tâm từ nhớ nghĩ đến chúng sanh, tinh tấn hành đạo, muốn độ cho cha mẹ và tất cả mọi người. Cẩn thận không được tranh cãi, tìm hại người khác. Cho đến các loài bò, bay, máy, cựa mỗi mỗi đều không được làm thương tổn, thường muốn cứu giúp, sanh tâm từ, đưa chúng đến với đạo. Nếu thấy giết nên thương xót rơi lệ, nghe giết không ăn, luôn phải

thương xót chúng. Tự thề bỏ hẳn dâm dục, mới đạt đến như thế! Làm như vậy thì được như vậy, không phải do người khác. Nếu phạm giới này thì không phải là Sa-di ni. (o)

Hai là: Sa-di ni trọn đời không được trộm cắp, không được tham tiền của, mua rẻ, bán đắt, cân già bán non, nhất nhất không được lừa dối người, tâm luôn hướng đến đạo, tĩnh lặng tự giữ. Miệng không dạy người buôn bán nô tỳ, trao đổi khách trẻ, hoặc nếu được ban cho tiền của châu báu và y phục của người nam, nhất nhất không được lấy, nếu thọ nhận là không thanh tịnh, là loạn động. Không được mặc y phục có trang trí châu báu, không được đeo ngọc báu, vòng xuyến, chuỗi anh lạc, không được ngồi giường cao rộng lớn, màn trướng che phủ. Nếu có nghĩ tưởng đến là không thanh tịnh. Áo là để che thân, không nên chuộng màu mè. Cơm là để no bụng, nuôi dưỡng bốn đại chớ đừng tham đắm mùi vị. Tích chứa vật báu là ô uế, được người khác cho cũng không được nhận. Nếu thọ nhận tức không thanh tịnh. Vì người thuyết kinh trước hết phải nói về tai họa của tội ác ở địa ngục. Hiền giả nên biết!

- Phước ở cõi trời không thể suy lường, nói trái với việc sanh tử của thế gian. Nếu hiện bày bố thí, mình thà bị chặt tay chứ không lấy của phi pháp. Im lặng tự giữ, kiên trì xa lìa sắc dục. Nếu phạm giới này chẳng phải là Sa-di ni.

Ba là: Sa-di ni trọn đời không được dâm dục, không được nuôi chứa chồng con, không được nghĩ đến chồng con, không được nhớ đến chồng con, phòng ở phải xa chỗ người nam, để ngăn ngừa tâm ý, tâm không nghĩ đến dâm dục, miệng không cười đùa, hương thơm phấn sáp không được để gần thân, luôn nghĩ các dục là nhơ uế bất tịnh, tự nghĩ đến dâm có trăm vạn điều xấu ác, thà thịt nát xương tan, thiêu đốt thân thể đến chết cũng không hành dâm. Nếu dâm dục mà được sống cũng bằng trinh khiết mà chết. Trạng thái của dâm dục giống như núi Tu di bị chìm trong biển không khi nào nổi lên, dâm dục thì chết bị chìm vào địa ngục, hơn núi Tu di. Nếu phạm giới này thì chẳng phải là Sa-di ni. (o)

Bốn là: Sa-di ni suốt đời có lòng chí thành, lấy tâm ngay thẳng làm gốc, miệng không được nói hai lời, không được nói lời ly gián, nói lời dối gạt, không được dùng lời ác mắng người khác, nói lời dối trá thêu dệt, khen trước mặt chê sau lưng, làm chứng nói người đó phạm tội, không được chê bai người khác, là đúng là sai, là tốt là xấu. Khi nói phải suy nghĩ thật đúng mới nói, không đúng thì không nói, nếu người thuyết pháp thì phải một lòng lắng nghe, suy nghĩ nghĩa lý, tâm vui vẻ. Phàm người ở đời, búa nằm trong miệng, sở dĩ tự giết mình đều do lời nói ác, tự ý buông lung, nói năng vô độ mới bị tai họa. Cẩn thận nơi

thân, miệng, ý thì tai họa duyên vào đâu! Người trí đã thấu hiểu nên nhất tâm giữ gìn. Nếu phạm giới này không phải là Sa-di ni. (o)

Năm là: Sa-di ni suốt đời không được uống rượu, không được nếm rượu, không được ngậm rượu, không được bán rượu, lấy rượu cho người uống, không được nói "Đây chỉ là rượu thuốc", không được đến quán rượu, không được cùng bàn luận với người uống rượu. Rượu là thuốc độc, rượu là nước độc, rượu là chất độc, là nguồn gốc của những sự mất mát, là căn bản của các điều ác, hủy phá Hiền Thánh, làm bại hoại đạo đức, vì xem thường tai họa nên phạm giới căn bản, bốn đại hao mòn, bỏ phước chuốc họa, không gì không làm. Thà uống nước đồng sôi chứ không uống rượu. Vì sao? Vì uống rượu sẽ khiến cho con người tâm trí mê loạn, điên cuồng, khiến con người không còn biết gì nên bị đọa vào Địa ngục. Cho nên phải đề phòng rượu, nếu phạm giới này, không phải là Sa-di ni. (o)

Sáu là: Sa-di ni suốt đời không được đi xe, cưỡi ngựa, đi kiệu, tâm ham thích, ý buông thả, miệng mắng chửi nguyền rủa. Không được cười giỡn với bé trai năm tuổi, không được xúc chạm vào loại súc sanh đực, không được ôm ẵm loại súc sanh đực, không được xúc chạm cơ quan sinh dục của súc sanh đực, tĩnh tâm tự giữ nhớ nghĩ về kinh đạo, luôn dùng sự vắng lặng tạo an lạc.

Đối với tất cả các chúng sanh đều không được mong muốn cho họ chết, nếu muốn mua thịt, có năm loại tịnh nhục mới được phép ăn, thường tự hổ thẹn, không ưa bất tịnh, luôn sám hối, có tâm từ, thương xót khắp nơi. Nếu phạm giới này, không phải là Sa-di ni. (o)

Bảy là: Sa-di ni suốt đời không được họa vẽ sặc sỡ, không được dùng sợi tơ bằng vàng, tơ đủ năm màu, không được dệt vải cho người khác, không được ngồi trên giường cao, ngồi giường có màn che, không được soi gương nhìn ngắm hình tướng đẹp xấu, không được bày quần áo trên giường, không được ngồi xoạc chân trên giường ngâm nga. Không được nói cười lớn tiếng, không được cao giọng quát tháo, khi nói luôn phải nói giọng nhỏ nhẹ. Không được đánh đờn chơi các nhạc cụ, không được múa hát lắc uốn thân thể. Không được liếc ngó mà đi, không được nhìn không chân chánh mà đi. Không được mua bán đổi chác, tranh cãi hơn thua với mọi người, làm cho người phỉ báng. Nếu phạm giới này, không phải là Sa-di ni.

Tám là: Sa-di ni trọn đời không được học tập theo thầy đồng bóng, không được làm thuốc độc khiến người uống, không được nói ngày tốt ngày xấu, coi tướng điềm lành điềm dữ, thay đổi được, mất, nhựt thực nguyệt thực, tinh tú biến đổi, núi lở, động đất, mưa gió, hạn hán, tính toán năm tháng lạnh nóng, có nhiều bệnh tật,... nhất nhất đều không được biết. Không được bàn luận về chính sự quốc gia, nước kia mạnh, nước nọ yếu, người nước kia giỏi, người nước nọ dở, có thể xuất quân đi đánh, chiến trận thắng thua, có thể đạt được tiền của dùng làm sự nghiệp. Không được bàn nói nhà kia giàu có, nhà kia nghèo khổ, không được nói người này giàu người khác nghèo, không được tự tay chặt đốn cây để tu sửa nhà ở của mình, không được tự tay bẻ hoa non để rải cúng dường trên Phật. Nếu có người đem hoa đến dâng Phật thì nên nhận, phải chú nguyện cho họ ba lần, phải thường thương xót mọi người: "Hoa này chỉ là hoa biến hóa mà thôi, không hiện hữu lâu, tất cả mọi người cũng đều như vậy, đều từ người nữ sanh ra, không tồn tại mãi, khổ sở ràng buộc, sanh già bệnh chết, khóc nhau thảm thương, lo buồn loạn tâm, thiện thần tránh xa, tà quỷ quấy nhiễu, thân lại sẽ chết, do đấy như biến hóa không hề chắc bền. Nếu phạm giới này, không phải là Sa-di ni. (o)

Chín là: Sa-di ni trọn đời nam nữ phải riêng biệt, không được ở chung trong chùa, bước đi không tìm theo dấu vết của người nam, không được cùng với người nam đi chung thuyền, xe, không được cùng với người nam mặc y phục cùng màu, không được ngồi cùng chiếu với người nam, không được ăn cùng bát với người nam, không được cùng nhuộm màu sắc sặc sỡ với người nam, không được cắt may y phục với người nam, không được giặt giũ quần áo với người nam, không được xin đồ qua lại với người nam. Nếu người nam cho đồ vật tốt, phải cẩn thận xem xét, phải thận trọng tránh xa tiếng xấu về chê trách nghi ngờ. Không được thư từ qua lại, nếu ai nhờ mang đi cho vật gì cũng không nên nhận, nếu muốn đi, phải đi với người lớn tuổi, cẩn thận không được đi một mình. Khi đi phải nhìn thẳng, nếu nhìn mà thấy có sắc thì không thanh tịnh, không được đi riêng. Phải một mình ngủ trong nhà. Nếu phạm giới này, không phải là Sa-di ni. (o)

Mười là: Sa-di ni suốt đời thân không làm việc ác, miệng không nói lời ác, tâm không nghĩ điều ác, nói và làm phải tương ứng, chẳng phải bậc Hiền thì không kết bạn bè, chẳng phải bậc Thánh thì không tôn thờ. Vì sao "chẳng phải bậc Hiền thì không kết bạn bè": Vì phàm là bậc Hiền, tâm không sanh diệt. Vì sao "chẳng phải Bậc Thánh thì không tôn thờ"? Vì phàm là bậc Thánh thì không bị trói buộc nơi sắc, không còn lệ thuộc vào dòng họ, tham dục cấu uế đã dứt sạch. Những người con không biết tổ tông, không hiếu thảo với cha mẹ, những kẻ đồ tể, giặc cướp, ham thích rượu chè, tâm khởi tà vạy, ngu si, hành vi hung ác, phải nên thận trọng đừng giao du qua lại, nếu qua lại với những người uế trược làm tổn hại đạo hạnh. Phải kiến cố tự giữ gìn, không được cười giỡn lớn tiếng. Không được chạy đi trước mặt bậc tôn túc. Không được ngước đầu mà đi, không được luôn qua lại gặp gỡ với quốc vương. Nếu trên đường đi có âm nhạc, không được đi sát tường để xem nghe, không được dựa vào vách mà nhìn. Không được ngồi tréo chân, không được ngồi dang chân. Không được ngồi trên tòa cao mà nói, phải luôn hổ thẹn về tánh xấu của người nữ. Nếu phạm giới này, không phải là Sa-di ni. (o)

Bấy giờ Tỳ-kheo ni Kiều Đàm Di thọ mười giới của Phật, nhất nhất không lỗi lầm, thực hành mười giới như vậy, không hề thiếu sót. Bà luôn ở gần Phật, suốt ba năm như thế, trí tuệ sáng suốt, thông hiểu các Kinh, hoan hỷ không tán loạn, ý chí như núi lớn, tâm đoan nghiêm, ý ngay thẳng, không tà vạy, thường tự thương mình và tất cả mọi người, cũng như các loài côn trùng nhỏ bé, không loài nào là không thương xót. Bà luôn khuyến hóa pháp lành, hoàn toàn xa lìa phiền não. Trong ba năm chưa từng sai lầm, bà lại đến chỗ Đức Phật, cúi đầu đảnh lễ, sám hối tất cả các lỗi lầm, thưa:

- Đức Phật từ bi trí tuệ đã chỉ dạy cho con thấu các tội lỗi, dùng chánh kiến thoát khỏi những điều sai lầm, vạn lần con không hề oán hận, chỉ xin được thưa một điều: Mười giới con đều giữ gìn, lại có những điều ngoài mười giới ra thì rất ít, không đủ giữ tâm, kính xin đức Thế Tôn chế thêm giới để giữ tâm tinh cần, chúng con xin học hỏi không dám biếng nhác, và sẽ như pháp luật thực hành hạnh Bồ tát.

Đức Phật bảo Sa-di ni Kiều Đàm Di:

- Người hãy thực hành mười giới đúng như pháp! Có Đại giới gọi là Cụ túc, thực hành chân đế mau được thành Phật, gồm có năm trăm sự việc cốt yếu, nếu chỉ thực hành mười giới là đã có thể đạt đến đến đạo tràng. Nếu không thực hành thì không thể đạt đến được, hoàn toàn không thể đắc Đại giới Cụ Túc này.

Khi ấy, nghe Đức Phật nói như vậy, Kiều Đàm Di rất vui mừng, bà cúi đầu cung kính đảnh lễ nơi chân Phật, rồi quỳ gối chắp tay bạch Phật:

- Con đã được nhận ân huệ, lại được thọ mười giới.

Đức Phật bảo Sa-di ni:

- Đã làm Sa-di ni, nương theo pháp luật phụng hành mười điều, có thể mau được đắc đạo. Những gì là mười?

Một là luôn có tâm từ, trong ngoài đều thanh tịnh không có tâm hại người. Hai là luôn nghĩ bố thí không ưa keo kiệt, không cất giữ của rơi, không có tâm trộm cắp. Ba là thường tự thanh tịnh tinh khiết, tĩnh ý giữ gìn, không có tà dâm. Bốn là thường phải chí thành, miệng không nói khác. Năm là tự mình thanh tịnh, suốt đời không uống rượu, không say sưa làm tâm loạn. Sáu là luôn giữ chí nguyện, không dùng lời thô ác mắng người. Bảy là luôn luôn khiêm tốn, không cao ngạo, ngồi trên giường báu rộng lớn. Tám là thường giữ trai giới, đúng ngọ mới ăn. Chín là gìn tâm bình đẳng không có ý ganh ghét. Mười là phải luôn đối với Bồ tát và chư Tăng cung kính xem như Phật, tâm luôn nhu hòa, không được giận dữ. Đó là mười điều pháp luật của Sa-di ni. (o)

Sa-di ni lại có mười pháp. Những gì là mười? Một là phải cung kính Đức Phật, chí tâm không tà vạy, cúi đầu đảnh lễ, thường tự sám hối tội ác đời trước. Hai là thường cung kính pháp, chú tâm nơi Đạo, từ hiếu với kinh. Ba là thường cung kính Tăng, tâm luôn bình đẳng, không từ bỏ, chí thành tin tưởng. Bốn là ngày đêm hầu thầy như hầu Phật, tâm không mệt mỏi. Năm là xem tất cả chúng sanh, tâm đều bình đẳng xem như thầy mình. Sáu là đối với các Sa-di ni, tâm thương kính xem như cha mẹ. Bảy là dùng tâm bình đẳng đối với tất cả xem như anh em chị em. Tám là đối với tất cả cầm thú, tâm từ bi thương xót, xem như con cái. Chín là đối với tất cả cỏ cây, tâm thương mến xem như thân mình. Mười là phải nhớ nghĩ đến các loài côn trùng bò, bay, máy, cựa, có nhiều sự khổ không thể nói hết trong thiên hạ khắp mười phương. Đó là mười điều pháp luật của Sa-di ni. (o)

Sa-di ni hầu Thầy, có mười việc: Những gì là mười? Một là phải cung kính đối với Thầy, thường phải gần gũi, hành trì đúng như pháp, đúng như luật. Hai là phải nghe theo lời dạy của Thầy, thường phải hòa thuận. Ba là thường phải dậy sớm đừng dậy sau thầy, tự cảnh tỉnh tâm mình, không nên để thầy gọi. Bốn là thường thành tín đối với thầy, lòng ngay thẳng thật thà. Năm là phải từ hiếu đối với Thầy, tâm luôn ở bên thầy, không rời bữa ăn, giấc ngủ. Sáu là khi đi trong nước thấy việc kỳ lạ thì phải thưa hỏi với thầy sự kỳ lạ ấy. Bảy là theo thầy học kinh, phải nghiêm chỉnh tâm trí, cùng tột chân thật, thân, tâm, miệng, ý không sai sót một mảy may như lông tóc nào. Tám là nếu Thầy bảo đi đến chỗ nào phải nên đi mau về mau, nếu có người hỏi: Sa-di ni! Thầy của cô còn không?" thì nên im lặng đi thẳng, không được trả lời cho họ biết. Chín là giả sử có phạm lỗi, liền đến bên Thầy thú tội, nói ra rồi thì không còn tội nữa. Mười là hoàn toàn phải tin tưởng nơi Thầy, nếu nghe người nói lỗi của Thầy, thì liền trách họ thôi đi! (o)

Đó là mười điều pháp luật của Sa-di ni. Thực hành thì đạt đến đạo. Đức Phật dạy:

- Ta đã giảng nói mười giới của Sa-di ni rồi, lại nói phải thực hành mười điều cho thật trọn vẹn, không sai sót dù chỉ bằng một sợi tóc, phải theo ý Thầy không thêm không bớt, một lòng hành trì.

Lúc ấy, Sa-di ni Kiều Đàm Di liền cúi đầu đảnh lễ sát đất rồi lui ra. (o)

Bấy giờ, Kiều Đàm Di, tự mình quán sát phụng trì thực hành mười giới, không thiếu sót một điều gì, trong các điều ấy luôn nhất tâm thực hành, hoàn toàn không sai lầm, tâm không thối lui, luôn tinh tấn, thật thà, đúng thời. Đức Phật biết Sa-di ni rất chí thành tin hiểu. Đức Phật nói với Hiền giả A Nan:

- Ông thấy Sa-di ni này giống như hoa Ưu Đàm có trăm con chim hầu xung quanh không?

Hiền giả A Nan thưa:

- Đó là nhờ ân đức của Phật. (o)

Lúc này, Sa-di ni lại đến chỗ Đức Phật, cúi đầu đảnh lễ rồi đứng qua một bên. Giây lát sau, bà đến trước, chắp tay đảnh lễ nơi chân Phật, thưa:

- Bạch đức Thế Tôn! Phật đạo từ bi đã cho con xuất gia học đạo, trước đây con đã được thọ mười giới của Phật, làm Sa-di ni, thứ đến thực hành đầy đủ mười điều, không biết con thực hành như vậy là đúng không.

Đức Phật dạy:

- Đại Ái Đạo! Người phải biết điều đó là rất tốt đẹp.

Đại Ái Đạo lại bạch Phật.

- Bạch đức Thế Tôn! Mạng người vô thường, chỉ trong giấy lát, như đoàn Đại Ái Đạo chúng con, một mai cũng sẽ qua đời, sợ không gặp được thời có Phật, kính xin Đức Phật từ bi thương xót, truyền Đại giới, cho con đạt được sự giác ngộ vô thượng, tất cả đều mong Ngài cứu độ! (o)

Đức Phật bảo Sa-di ni Kiều Đàm Di:

- Người muốn thọ giới Cụ túc là rất tốt.

Khi ấy, Đại Ái Đạo liền sửa y phục, chắp tay đảnh lễ Phật, đi nhiễu quanh Phật mười vòng rồi đứng qua một bên. Bấy giờ, Đức Phật liền truyền Đại giới cho Đại Ái Đạo Kiều Đàm Di. Bà làm Tỳ-kheo ni phụng hành pháp luật, liền chứng đạt đạo A-la-hán, lại thấy được nguồn gốc của sanh tử, thấy rõ chân lý, mắt có thể nhìn thấu triệt, tai có thể nghe thông suốt, mũi có thể đạt hơi thở Thiền (tỉnh thức), tâm biết được ý nghĩ của người khác, thân có thể bay đi. Sau đó, Tỳ-kheo ni Đại Ái Đạo cùng các Tỳ-kheo ni trưởng lão đến chỗ Đức Phật gặp Hiền giả A Nan, thưa:

- Thưa Hiền giả A Nan! Các Tỳ-kheo ni Trưởng lão này thọ đại giới đã lâu rồi, siêng tu phạm hạnh đã được kiến đế. Thưa Hiền giả! Vì sao lại bảo chúng tôi đảnh lễ Tỳ-kheo nhỏ tuổi mới thọ đại giới? (o)

Hiền giả A nan nói:

- Hãy đợi một tý! Tôi sẽ thưa điều đó.

Trong giây lát Hiền giả A nan liền đi vào chỗ Phật cúi đầu đành lễ nơi chân Phật, thưa:

- Bạch Thế Tôn! Tỳ-kheo ni Đại Ái Đạo nói: Các Tỳ-kheo ni trưởng lão này tu phạm hạnh đã lâu, đã đạt kiến đế vì sao phải đảnh lễ Tỳ-kheo nhỏ tuổi mới thọ đại giới? (o)

Đức Phật nói:

- Thôi đi! Thôi đi! Này A Nan, phải cẩn thận nơi lời này, không được nói! Chỗ hiểu biết của Thầy rõ ràng là mỏng ít? Thầy còn chưa biết một làm sao có thể biết hai? Sự hiểu biết của Thầy làm sao bằng sự thấy biết đúng như thật của Ta. Nếu không cho người nữ vào đạo của Ta làm Sa-môn, các Phạm chí ngoại đạo và các cư sĩ đều dâng y phục để cúng dường, cung kính đảnh lễ sát đất cầu xin đối với các Sa-môn. Họ đều nói: "Hiền giả tâm nguyện về giới thanh tịnh, kính xin quý vị bước đi trên y phục của chúng con, khiến chúng con trong đêm dài sanh tử có được phước đức, tâm không thể tính kể suy lường, để chúng con đạt được ước nguyện và được chứng đạt như quý vị". Nếu không cho người nữ vào đạo của Ta làm Sa-môn, mọi người trong thiên hạ đều sẽ dâng tóc trải đất, cúi đầu cung kính, dốc cầu đối với các Sa-môn, đều nói: Hiền giả có các hạnh về giới, văn và tuệ thanh tịnh, xin trải tóc này để quý vị đi, khiến cho chúng con trong cuộc sanh tử thân thể được an ổn, phước đức vô lượng. Nếu không cho người nữ vào Đạo của Ta làm Sa-môn, thì dân chúng trong thiên hạ đều sẽ cúng dường đầy đủ các y phục, thực phẩm, giường nằm, thuốc men để trị bệnh: "Kính xin các Sa-môn tự đến thọ nhận, khiến cho dân chúng trong nước con không còn khóc than khổ não. (o)

Nếu không cho người nữ vào Đạo của Ta làm Sa-môn thì dân chúng trong thiên hạ sẽ phụng sự các vị Sa-môn, như thờ mặt trời, mặt trăng, như phụng thờ thiên thần, vượt trên tất cả các ngoại đạo, Sa-môn cũng thanh tịnh, không thể nhiễm ô, như ngọc Ma ni. Nếu trong nước có Sa-môn thì nước ấy luôn được an ổn hơn các nước khác. Nếu không cho người nữ vào đạo của Ta làm Sa-môn, thì chánh pháp của Phật sẽ trụ ngàn năm, lưu truyền hưng thịnh khắp, khiến tất cả đều được độ thoát. Hôm nay, vì người nữ ở trong giáo pháp của Ta làm Sa-môn, nên tuổi thọ của chánh pháp sẽ suy giảm năm trăm năm. (o)

Vì sao? Này A Nan! Vì người nữ có năm điều không được làm Sa-môn. Những gì là năm? (o)

1. Người nữ không được làm Như Lai Chí chân đẳng chánh giác.
2. Người nữ không được làm Chuyển luân thánh vương.
3. Người nữ không được làm Phạm Thiên vương cõi trời thứ bảy.

4. Người nữ không được làm trời Đế Thích.
5. Người nữ không được làm Ma Vương. (o)

Năm điều như vậy, chỉ có bậc trượng phu tôn quý mới làm được, bậc trượng phu mới chứng đắc thành Phật, được làm Chuyển Luân Thánh vương; được làm trời Đế Thích, được làm Ma Vương, được làm Trời Phạm Vương; được làm Vua trong loài người. Như thế này Hiền giả A Nan! Những người nữ ví như rắn độc, tuy đã bị người bắt giết, đánh ở thân thì nó sống lại ở đầu. Rắn này đã chết, có người thấy, tâm vẫn rất sợ hãi. Người nữ cũng vậy, tuy được làm Sa-môn nhưng tính xấu vẫn còn, tất cả những người nam đều bị họ lay chuyển, vì vậy có thể khiến cho mọi người không chứng đắc đạo. (o)

Phật dạy:

- Người nữ như thế, giả sử làm Sa-môn giữ giới Cụ túc, đến một trăm năm cho tới đã chứng quả A-la-hán cũng phải đảnh lễ Sa-di tám tuổi. Vì sao? Vì Sa-di hoàn toàn cũng có thể chứng đắc A-la-hán, trong thân có thể phát ra nước, lửa, dùng ngón chân đè ngọn núi Tu di thì ba ngàn đại thiên thế giới đều bị chấn động đủ sáu cách. Do vậy, tuy người nữ đã đắc đạo A-la-hán, không thể làm lay động, dù là một cây kim chỉ bằng sợi lông. Vì sao, này Hiền giả A Nan! Người nữ hiện bày sự cao ngạo, dùng thân bất tịnh mà đòi vượt hơn người nam, vì thế, không thể đắc đạo. (o)

Đức Phật dạy:

- Ngày đêm không học, mắt không nhìn thấy, cử động là phạm tội lỗi, lún sâu dần dần, tự làm mất thể tánh của mình. Những người ấy, đắng cay đã qua mà không khỏi tội bị đọa địa ngục, Thái Sơn, khó có thể chịu nổi. Lúc còn sống không học thì chết phải chìm vào vực sâu, già mà không dừng dâm dục ở đời, hơi thở mà ngưng thì làm gì có được đầy đủ thứ quý cho mình. Chỉ có thể tự sửa lỗi, hối hận, giữ gìn thân chân chánh, đời này hết tội thì đời sau được lại, có của cải không chịu đem bố thí thì đời đời chịu cảnh nghèo khổ, thường bị nhiều bệnh tật, sắc diện vàng vọt, đứng đi, ngồi, nằm đều không yên, mới có thể tự hối một cách chân thật, sâu xa. Hôm nay đã được vào trong pháp luật của Ta, được thân người trọn vẹn, vô số kiếp sau cũng được như vậy. (o)

Bấy giờ Tỳ-kheo ni Đại Ái Đạo cùng các Tỳ-kheo ni trưởng lão nghe Đức Phật giảng nói như vậy, đều rất lo buồn, không vui, nước mắt như mưa, cúi đầu đảnh lễ nơi chân Phật, thưa:

- Kính bạch Thế Tôn! Người nữ như thế là không thể độ được chăng?

Đức Phật bảo:

- Nếu người nữ làm Sa-môn, tinh tấn giữ gìn giới luật đầy đủ, không thiếu sót, không bị phạm dù một mảy may như sợi tóc, đời hiện tại sẽ chuyển

hóa thành thân người nam, liền đạt được vô lượng công đức, mau chóng đắc thành Phật, không còn chướng ngại, làm gì cũng được tùy ý, nếu đã mong cầu có thể đạt được. (o)

Tỳ-kheo ni Đại Ái Đạo Kiều Đàm Di lại thưa Phật:

- Người nữ không thể so sánh được chăng?

Phật dạy:

- Có vào thời Phật quá khứ, có người nữ đem hoa bằng vàng rải trên Phật, Phật liền thọ ký, trải qua Hằng hà sa số kiếp sau sẽ được thành Phật, hiệu là Phật Kim Hoa. Người nữ đó tên là Ưu bà di Hằng Kiệt, được thọ ký rồi nên rất vui vẻ, bay giữa hư không, hóa thành thân người nam. Lúc đó, Ta đang ngồi trên năm cánh hoa sen của tòa đức Phật ấy, đức Phật ấy cũng thọ ký cho ta, vô số kiếp về sau sẽ được thành Phật, hiệu là Thích Ca Văn, chính là thân Ta hôm nay. Khi Ta thành Phật Thích Ca Văn. Ưu bà di Hằng Kiệt sanh vào nước của Ta, làm thân người nữ, hiệu là Tu Ma Đề. Ai có thể xứng đáng đối với trí tuệ này? Đó là Văn Thù Sư Lợi ứng hiện, hóa thành người nam, làm Sa-di tám tuổi. Đã rõ ràng như vậy, nên hãy siêng năng tinh tấn để có thể đạt đến đạo Chánh chân Vô thượng.

Đức Phật nói:

- Lại còn sáng rõ hơn nơi đức Phật Ca Diếp ở

quá khứ. Nhà vua có bảy người con gái, từ nhỏ đến lớn, không thích trang sức, sáu tình đoạn dứt, không còn các dục cấu uế, thực hành pháp quán sát thây người chết, phân biệt những thứ xấu ác trong thân, lo buồn không vui, thấu suốt đến Phạm Thiên. (o)

Khi ấy, Thích Đề Hoàn Nhân đến thăm hỏi:

- "Muốn cầu nguyện gì, tôi đều có thể đáp ứng".

Bấy giờ, bảy người nữ đều nói ra ước nguyện của mình chính là nguyện về Đại thừa không thể nghĩ bàn. Lúc đó, Thích Đề Hoàn Nhân không thể đáp ứng được nguyện này.

Thiên thần nói: "Đức Phật Ca Diếp ở gần đây, hãy đến đó để thưa hỏi". Bảy người nữ liền cùng nhau đi đến chỗ Đức Phật, cúi đầu đảnh lễ nơi chân Phật. Thích Đề Hoàn Nhân chắp tay thưa Phật:

- "Nguyện của bảy người nữ như vậy, con không thể đáp ứng được, xin Phật khai mở chỉ bày khiến cho họ được an ổn".

Đức Phật dạy:

- "Khi bảy người nữ này còn ở đời Phật quá khứ, đời đời họ đã tạo công đức. Hôm nay được sanh vào nhà quốc vương, sẽ được thọ ký A-la-hán. Phật Bích Chi còn không thể biết được, huống là chư Thiên, Đế Thích".

Lúc này, bảy người nữ hết sức vui mừng, bay lên giữa hư không hóa thành thân người nam, đời

sau cũng sẽ được thọ ký sẽ được thành Phật.

Hôm nay, đoàn của Tỳ-kheo ni Đại Ái Đạo thường thực hành đại từ đại bi, đời sau cũng sẽ thành người nam, được thọ ký thành Phật.

Tỳ-kheo ni Đại Ái Đạo nghe đức Phật nói lời này, cúi đầu đảnh lễ sát đất, rồi lui ra. (o)

Chí tâm đảnh lễ Sơ Tổ Ni Giới Đại Ái Đạo Kiều Đàm Di Mẫu - Đương Lai Nhất Thiết Chúng Sanh Hỷ Kiến Phật.[1] (ooo)

TƯỞNG NIỆM

Thỉnh quý Ni trưởng cùng đại chúng, ba phút mặc niệm im lặng, tưởng niệm ân Thánh Tổ Đại Ái Đạo Kiều Đàm Di Mẫu như Bài Kinh Đại Ái Đạo vừa mô tả sự khổ nhọc và tha thiết của Thánh Tổ để cầu đạo giải thoát chung cho Ni giới chúng ta. (o)

Vị chủ lễ xướng:

Ngày xưa vì muốn xuất gia (o)
Kiều Đàm Di Mẫu thiết tha lên đường (o)
Cầu xin Đức Phật xót thương (o)
Cho hàng nữ giới con đường tiến tu.
(ooooooo.....)

1.(https://viengiac.info/2016/05/kinh-dai-ai-dao-ty-kheo-ni-thuong/)

Quản chi gian khổ nắng mưa (o)
A Nan tôn giả bạch thưa Phật giùm (o)
Thế Tôn đại trí đại hùng (o)
Từ bi lân mẫn, hứa cùng Đàm Di.
(oooooooo....)

Ơn người con mãi khắc ghi (o)
Đạo màu người đã tròn xong (o)
Pháp lạc đệ nhất thong dong Niết bàn (o)
Nữ nhi, ni giới các hàng (o)
Thành tâm cảm niệm muôn vàn tri ân.
(ooooooo....)

Nam mô Đương Lai Nhứt Thiết Chúng sanh Hỷ Kiến Phật , Đức Sơ Tổ Ni Giới, Đại Ái Đạo Kiều Đàm Di Mẫu tác đại chứng minh. (ooo)

KINH BÁT NHÃ BA LA MẬT

Khi Ngài Quán Tự Tại Bồ Tát thực hành sâu xa pháp Bát Nhã Ba La Mật Đa, Ngài soi thấy năm uẩn đều không, qua hết thảy khổ ách.

"Này Xá Lợi Phất, sắc chẳng khác không, không chẳng khác sắc, sắc tức là không, không tức là sắc. Thọ, Tưởng, Hành, Thức cũng đều như thế".

"Này Xá Lợi Phất, 'tướng không của mọi pháp' không sanh, không diệt, không dơ, không sạch, không thêm, không bớt, nên trong 'chân không', không có sắc, không có thọ, tưởng, hành, thức, không có mắt, tai, mũi, lưỡi, thân, ý, không có sắc, thinh, hương, vị, xúc, pháp, không có nhãn giới, cho đến không có ý thức giới, không có vô minh, cũng không có cái hết vô minh, cho đến không có già chết, cũng không có cái hết già chết, không có khổ, tập, diệt, đạo, không có trí huệ, cũng không có chứng đắc.

Vì không có chỗ chứng đắc, nên Bồ Tát y theo Bát Nhã Ba La Mật Đa, tâm không ngăn ngại. Vì không ngăn ngại, nên không sợ hãi, xa hẳn điên đảo, mộng tưởng, đạt tới cứu cánh Niết Bàn.

Chư Phật trong ba đời cũng y theo Bát Nhã Ba La Mật Đa, được đạo quả vô thượng chánh đẳng chánh giác.

Nên biết Bát Nhã Ba La Mật Đa là Đại Thần Chú, là Đại Minh Chú, là Vô Thượng Chú, là Vô Đẳng Đẳng Chú, trừ được hết thảy khổ, chân thật không hư".

Vì vậy, liền nói Chú Bát Nhã Ba La Mật Đa:

"Yết đế, yết đế, ba la yết đế, ba la tăng yết đế, bồ đề tát bà ha". (3 lần) (o)

VÃNG SANH QUYẾT ĐỊNH CHÂN NGÔN

Nam-mô a di đa bà dạ Đa tha dà đa dạ

Đa địa dạ tha. A di rị đô bà tỳ

A di rị đa tất đam bà tỳ A di rị đa tì ca lan đế

A di rị đa, tì ca lan đa Dà di nị dà dà na

Chỉ đa ca lệ ta bà ha. (3 lần) (o)

NIỆM PHẬT

Ngôi vàng từ giã,

Núi Tuyết tu hành,

Tham thiền nhập định

giữa rừng xanh,

Cầu Phật quả viên thành,

Cứu độ quần sanh,

Cao cả đấng cha lành.

Nam mô Bổn Sư Thích Ca Mâu Ni Phật.
(3 lần) (o)

Nam-mô Đại-bi Quán-Thế-Âm Bồ-tát.
(3 lần) (o)

Nam-mô Đại-Thế-Chí Bồ-tát. (3 lần) (o)

Nam-mô Địa-Tạng Vương Bồ-tát. (3 lần) (o)

Nam-mô Đại-Hiếu Mục Kiền Liên Bồ-tát.
(3 lần) (o)

Nam-mô Thanh-tịnh Đại-Hải chúng Bồ-tát. (3 lần) (ooo)

Nam mô Đại Thánh Khải Giáo A-Nan-Đà tôn giả. (3 lần) (o)

Nam mô Sơ Tổ Ni Giới Đại Ái Đạo Kiều Đàm Di Mẫu– Đương Lai Nhất Thiết Chúng Sanh Hỷ Kiến Phật. (3 lần) (ooo)

SÁM NGUYỆN

Trang nghiêm đài sen ngự tọa
Đại hùng từ phụ Thích Ca
Đệ tử lắng lòng thanh tịnh
Bàn tay chắp thành liên hoa
Cung kính hướng về Điều ngự
Dâng lời sám nguyện thiết tha. (o)
Đệ tử phước duyên thiếu kém
Sống trong thất niệm lâu dài
Không được sớm gặp chánh pháp
Bao nhiêu phiền lụy đã gây
Bao nhiêu lỡ lầm vụng dại
Vô minh che lấp tháng ngày
Vườn tâm gieo hạt giống xấu
Tham, sân, tự ái dẫy đầy

Những nghiệp sát, đạo, dâm,vọng
Gây nên từ trước đến nay
Những điều đã làm, đã nói
Thường gây đổ vỡ hàng ngày.
Bao nhiêu não phiền nghiệp chướng
Nguyện xin sám hối từ đây. (o)
Đệ tử thấy mình nông nổi
Con đường chánh niệm lãng xao
Chất chứa vô minh phiền não
Tạo nên bao nỗi hận sầu;
Có lúc tâm tư buồn chán
Mang đầy dằn vặt lo âu,
Vì không hiểu được kẻ khác
Cho nên hờn giận, oán cừu;
Lý luận xong rồi trách móc
Mỗi ngày mỗi chuốc khổ đau
Chia cách hố kia càng rộng
Có ngày không nói với nhau
Cũng không muốn nhìn thấy mặt
Gây nên nội kết dài lâu;
Nay con hướng về Tam Bảo
Ăn năn khẩn thiết cúi đầu. (o)
Đệ tử biết trong tâm thức

Bao nhiêu hạt tốt lấp vùi:
Hạt giống thương yêu, hiểu biết
Và bao hạt giống an vui.
Nhưng vì chưa biết tưới tẩm
Hạt lành không mọc tốt tươi
Cứ để khổ đau tràn lấp
Làm cho đen tối cuộc đời
Quen lối bỏ hình bắt bóng
Đuổi theo hạnh phúc xa vời
Tâm cứ bận về quá khứ
Hoặc lo rong ruổi tương lai
Quanh quẩn trong vòng buồn giận
Xem thường bảo vật trong tay
Dày đạp lên trên hạnh phúc
Tháng năm sầu khổ miệt mài;
Giờ đây trầm xông bảo điện
Con nguyền sám hối đổi thay. (o)
Đệ tử tâm thành quy ngưỡng
Hướng về chư Bụt mười phương
Cùng với các vị Bồ Tát
Thanh văn, Duyên giác,thánh hiền
Chí thành cầu xin sám hối
Bao nhiêu lầm lỡ triền miên

Xin lấy cam lồ tịnh thủy
Tưới lên dập tắt não phiền
Xin lấy con thuyền chánh pháp
Đưa con vượt nẻo oan khiên
Xin nguyện sống đời tỉnh thức
Học theo đạo lý chân truyền
Thực tập nụ cười hơi thở
Sống đời chánh niệm tinh chuyên. (o)
Đệ tử xin nguyền trở lại
Sống trong hiện tại nhiệm mầu
Vườn tâm ươm hạt giống tốt
Vun trồng hiểu biết, thương yêu.
Xin nguyện học phép quán chiếu
Tập nhìn tập hiểu thật sâu
Thấy được tự tánh các pháp
Thoát ngoài sinh tử trần lao
Nguyện học nói lời ái ngữ
Thương yêu, chăm sóc sớm chiều
Đem nguồn vui tới mọi nẻo
Giúp người vơi nỗi sầu đau
Đền đáp công ơn cha mẹ
Ơn thầy nghĩa bạn dày sâu.
Tín thành tâm hương một nén

Đài sen con nguyện hồi đầu
Nguyện đức từ bi che chở
Trên con đường đạo nhiệm mầu
Nguyện xin chuyên cần tu tập
Vuông tròn đạo quả về sau. (ooo)

HỒI HƯỚNG

Cúng Tổ công đức, hạnh nhiệm mầu Thắng
phước bao nhiêu con nguyện cầu
Tất cả chúng sanh trong pháp giới
Hướng về Phật Pháp tỏ đạo mầu.
Nguyện cho ba chướng tiêu tan
Phiền não dứt sạch, huệ căn sang ngời
Cầu cho con được đời đời
Hành Bồ Tát Đạo, cứu đời lầm than.
Nguyện sanh Tây Phương, cõi Lạc Bang
Cha mẹ, sen vàng chín phẩm sanh
Hoa nở, thấy Phật, quả viên thành
Các vị Bồ Tát bạn lành với ta.
Nguyện đem công đức này
Hướng về khắp tất cả
Đệ tử và chúng sanh

Đều trọn thành Phật đạo. (o)

PHỤC NGUYỆN

Nam mô Bổn Sư Thích Ca Mâu Ni Phật, tác đại chứng minh.

Phục Nguyện: **Kỳ Viên khải thỉnh Thế Tôn từ mẫn độ Nữ Nhơn, phổ hội Đạo Tràng đảnh lễ.**

Như Lai an Thiền Định, **ngũ bách xá di.**

Thanh tịnh Kiều Đàm Di Mẫu bi tâm, bất kham nhậm kiến Phật niết bàn, nhập tam muội thâu thần diệt độ.

Phổ Nguyện: **Ni lưu xã tứ khổ, tu lục độ Ba La, trường ngự, bạch ngư xa, chúng thành, vô thượng đạo.** (o)

Chúng hòa: **Nam mô A Di Đà Phật.** (o)

Tụng: **Nguyện chư thế giới thường an ổn, Vô biên phước trí nhuận quần sanh. Bồ đề quả thục tự viên thành, Tùy sở trụ xứ thường an lạc.** (o)

KÍNH LỄ

(Đại chúng đứng lên)

Bao nhiêu tất cả nhân sư tử Mười phương ba đời cùng các cõi Con đem thân miệng ý thanh tịnh Lạy khắp tất cả không còn dư. (o)

Nhất tâm đảnh lễ, đệ tử chúng con đại vì bốn ân ba cõi chí thành đảnh lễ:

Nam Mô Quá Khứ Trang Nghiêm Kiếp Thiên Phật. (o) (1 lạy)

Nhất tâm đảnh lễ, đệ tử chúng con đại vì bốn ân ba cõi chí thành đảnh lễ:

Nam Mô Hiện Tại Hiền Kiếp Thiên Phật. (o) (1 lạy)

Nhất tâm đảnh lễ, đệ tử chúng con đại vì bốn ân ba cõi chí thành đảnh lễ:

Nam Mô Vị Lai Tinh Tú Kiếp Thiên Phật. (o)(1 lạy)

Nhất tâm đảnh lễ:

Từ thành Tỳ Xá Ly uy nghi

Tổ Đại Ái Đạo Kiều Đàm Di

Xả thân cầu đạo tìm chân lý

Giác ngộ lưu truyền giới luật Ni.

Chí tâm đảnh lễ Sơ Tổ Ni Giới Đại Ái Đạo Kiều Đàm Di Mẫu - Đương Lai Nhất Thiết Chúng Sanh Hỷ Kiến Phật. (o) (1 lạy)

Nhất tâm đảnh lễ:

Một lần tưởng niệm bao lời ý

Thương cảm người xưa dại khó bì

Vinh hoa buông bỏ tìm chân lý

Quên cả thân vàng, phận quốc phi.

Chí tâm đảnh lễ Sơ Tổ Ni Giới Đại Ái Đạo Kiều Đàm Di Mẫu - Đương Lai Nhất Thiết Chúng Sanh Hỷ Kiến Phật. (o) (1 lạy)

Nhất tâm đảnh lễ:

Tổ Đại Ái Đạo Kiều Đàm Di

Chúng con một lòng dạ khắc ghi

Gắng công tu học cho bền chí

Xứng đáng tặng đời Một chữ ni.

Chí tâm đảnh lễ Sơ Tổ Ni Giới Đại Ái Đạo Kiều Đàm Di Mẫu - Đương Lai Nhất Thiết Chúng Sanh Hỷ Kiến Phật. (o) (1 lạy)

TAM QUY

Con nương theo Phật, cầu cho chúng sanh Tin chắc Đạo cả, phát lòng vô thượng. (o) (1 lạy)

Con nương theo Pháp, cầu cho chúng sanh Thấu rõ kinh tạng, trí huệ như biển. (o) (1 lạy)

Con nương theo Tăng, cầu cho chúng sanh Kính tín hòa hợp, tất cả không ngại. (ooo) (1 lạy)

Cúng rằm Nguyên Đán lễ trang nghiêm,
Rước Phật đón xuân lễ đã hoàn.
Công đức vô biên ban tất cả,
Vui mừng chúc tụng khắp nhân gian.

Nam mô Viên Mãn Tạng Bồ Tát Ma Ha Tát.

(3 lần) (o)

Ni Chúng đảnh lễ bốn lạy và thoái ban.

LỄ DÂNG LỤC CÚNG

(Tiếp đến là Lễ Dâng Lục Cúng và Cúng Cơm, kính cung thỉnh quý Ni trưởng và Chư Tôn Đức Ni đại diện tiến về trước bàn thờ Tổ để chuẩn bị lễ Tiến cúng. Lục cúng là lễ dâng hương, hoa, đèn, trà, quả và thực)

CHỦ LỄ XƯỚNG: **Thích nữ tựu vì - Hồ quỳ. Phần hương, Niệm hương, Hiến hương, Khởi thân lễ tam bái - Hồ quỳ.**

NGUYỆN HƯƠNG

(Cử nhạc Trầm Hương Đốt)

Nguyện đem lòng thành kính
Gởi theo đám mây hương
Phưởng phất khắp mười phương
Cúng dường ngôi Tam Bảo
Thề trọn đời giữ đạo
Theo tự tánh làm lành
Cùng Pháp giới chúng sanh
Cầu Phật từ gia hộ:
Tâm Bồ-đề kiên cố,
Xa bể khổ nguồn mê,
Chóng quay về bờ giác. (o)

Nam-mô Hương Cúng Dường Bồ-tát Ma-ha-tát.
(3 lần) (o)

Nam Mô Đức A-la-hán Thánh tổ ni Đại Ái Đạo Kiều Đàm Di tác đại chứng minh. (3 lần) (ooo)

Hôm nay ngày... tháng... năm..., nhằm ngày mồng... tháng... năm.... Hiện tiền chư tôn đức Ni từ các tự viện tại Nam, Bắc California và các tiểu bang khác trên nước Mỹ. Cung đối án tiền của chùa.... địa chỉ... thành tâm, dâng hương tưởng niệm Cung tiến Đức Thánh tổ ni Đại Ái Đạo Kiều Đàm Di.

Đương Lai Nhất Thiết Chúng Sanh Hỷ Kiến Phật quang giáng đạo tràng tác đại chứng minh.
(ooo)

Hương giới hương định cùng hương huệ

Hương giải thoát giải thoát tri kiến

Đài mây rực rỡ trùm pháp giới

Cúng dường Tam Bảo khắp mười phương.

Nam mô Hương Cúng Dường Đức Thánh Tổ Ni tác đại chứng minh. (3 lần) (ooo)

KHỞI THÂN ĐẢNH LỄ: **Nam mô Đức Đại Ái Đạo Kiều Đàm Di, Đương Lai Nhất Thiết Chúng Sanh Hỷ Kiến Phật.** (1 lạy) (o)

XƯỚNG:

Lò hương vừa bén chiên đàn,

Khắp xông pháp giới đạo tràng mười phương.
Hiện thành mây báu kiết tường,
Chư Phật rõ biết ngọn hương chí thiềng.
Pháp thân toàn thể hiện tiền
Chứng minh hương nguyện phước liền ban cho.
(o)

Nam mô Hương Vân Cái Bồ-tát Ma-ha-tát.
(3 lần) (ooo)

NGUYỆN: **Phục dĩ nhất thiết chư hành thị vô thường**
Sanh tử hữu tận chí hạ phương
Bất sanh bất tử quý khứ tốc
Tịch diệt vi lạc kiến pháp vương
Ca-tỳ-la quốc độ đại tối thắng chủ nương
Liễu ta bà sinh tử, ngộ thế giới tang thương
Nhân sanh nắng kỷ hà thế thượng chí thử như.
Đầu Phật nguyện xuất gia
Chuyên thân phụng thỉnh phục vong lai lâm
Ni chúng thành tâm thượng hương bái thỉnh.

Nam mô Đại Ái Đạo Kiều Đàm Di Mẫu tác đại chứng minh. (3 lần) (ooo)

VỌNG BÁI

Nam mô Bổn Sư Thích Ca Mâu Ni Phật.

Chúng con vọng bái ngưỡng cầu

Kiều Đàm Di Mẫu ơn sâu đáp đền

Trà hương quả phẩm dâng lên

Tâm thành nguyện kính một đời báo ân. (o)

Giờ này là lễ cung tiến thánh tổ Ni, chúng con thành kính cung thỉnh chư tôn trưởng lão Hòa thượng chứng minh và kính cúng thỉnh quý Ni trưởng, chư tôn thiền đức ni cùng đạo tràng Phật tử khởi thân đứng lên, đồng hướng về lễ đài, để dâng hương tưởng niệm.

Chúng con thành kính cung thỉnh Ni sư... niêm hương bạch Phật, cử hành lễ cung tiến thánh tổ.

Cung thỉnh ban Lục cúng chuẩn bị và cung thỉnh Ni sư... cùng Ni sư... đứng hai bên nhận phẩm vật cúng dường.

Sau niệm hương (*chỉ mời chư tôn trưởng lão Hòa Thượng chứng minh an tọa tại vị, còn chư Ni tiếp tục đồng khởi thân hành lễ tiến cúng*).

CUNG THỈNH ĐỨC THÁNH NI QUANG GIÁNG ĐẠO TRÀNG

Hôm nay thành kính hướng về

Kiều Đàm di Mẫu ngập trần tri ân

Chúng con nhớ mãi nghĩa nhân

Tâm thành tưởng niệm trọn phần ni lưu.

Nam Mô Đại Ái Đạo Kiều Đàm Di Mẫu tác đại chứng minh. (o)

Cung kính bái bạch quý Ni trưởng, quý Ni sư, chư tôn đức Ni.

Đưa tay giở từng trang lịch sử

Như thấy người xưa bỗng trở về

Thánh tổ ni giới còn lưu lại

Dấu vế uy nghi để hậu lai.

Ngược dòng lịch sử hơn 2600 năm qua, đức Thánh Tổ Đại Ái Đạo đã mở đầu trang sử Ni đoàn, với ý chí cầu đạo ngút ngàn. Ngài đã từ bỏ cung vàng điện ngọc, ngôi sao mẫu nghi cùng 500 công nương quý tộc, đầu trần chân đất, băng rừng vượt suối từ kinh đô Ca-tỳ-la-vệ đến thành Tỳ-Xá-Ly, cầu xin Đức Phật gia nhập tăng đoàn.

Quyết tâm ấy, nhiệt huyết ấy cho đến hôm nay vẫn còn vang vọng chí nguyện: Tấn đạo, nghiêm thân.

Chúng ta lắng lòng nhớ lại âm thanh Đức Phật như tiếng chim ca-lăng tằng già, chẳng khác với âm thanh vi diệu trên đỉnh tuyết sơn:

Này người mẹ thời gian vĩ đại.

Ngài là vị đại ni đức hạnh như tấm gương trong, đã bước đi bằng đôi chân trần dưới chân núi, để bước lên trên đỉnh đồi cao vô úy của giải thoát và tự do.

Đức Thánh tổ ni Đại Ái Đạo đã khai mở con đường thánh thiện, giải thoát, an vui khi thấy:

Cuộc đời lắm khổ đau

Nguyên nhân của sự khổ đau

Và con đường đưa đến diệt khổ.

Để rồi bao thế hệ Ni lưu đã kế thừa và phát triển nguồn năng lượng trí tuệ, giải thoát giữa hai bờ sinh tử. (o)

1. HƯƠNG HOA NGHINH, HƯƠNG HOA THỈNH

Nam mô Nhất tâm phụng thỉnh

Thích Ca quý tộc hiệu viết Mâu Ni

Xả ái phát nguyện quy y, ngộ thế...

CUNG DĨ: **Nam Mô Kiều Đàm Di Mẫu Bồ Tát Ma Ha Tát.** (o)

DUY NGUYỆN: **Đại thánh, đại hạnh, đại nguyện**

Đại từ thỉnh giáng hương diên chứng minh công đức. (o)

2. HƯƠNG HOA NGHINH, HƯƠNG HOA THỈNH

Nam mô Nhất Tâm phụng thỉnh

Pháp Hoa hải hội, Phật thuyết nhân duyên

Đại Ái Đạo Tỳ Kheo Ni hiện tiền vị lai

Nhất Thiết Chúng sanh Hỷ Kiến Phật. (o)

CUNG DĨ: **Nam Mô Kiều Đàm Di Mẫu Bồ tát ma ha tát.**

DUY NGUYỆN: **Đại thánh, đại hạnh, đại nguyện**

Đại từ thỉnh giáng hương diên chứng minh công đức.

3. HƯƠNG HOA NGHINH, HƯƠNG HOA THỈNH

Nam mô Nhất Tâm phụng thỉnh

Vô hội giảng đường, thâu đại lan nhã

Bất kham nhẫn kiến Phật diệt độ

Đảnh lễ thâu thần, nhập Hỏa quang. (o)

CUNG DĨ: **Nam Mô Kiều Đàm Di Mẫu Bồ tát ma ha tát.**

DUY NGUYỆN: **Đại thánh, đại hạnh, đại nguyện**

Đại từ thỉnh giáng hương diên chứng minh công đức.

Ngưỡng mong Tôn giả giáng đạo tràng

Thọ thử hương hoa phổ cúng dường
Bất xả từ bi lai nhiếp thọ
Oai quang lắng diệu mộc quần phương.
Đăng Bảo Tọa Bồ Tát Ma Ha Tát.

LỄ DÂNG LỤC CÚNG

(Sau khi cung thỉnh Đức Thánh Ni quang giáng đạo tràng, tiếp đến là lễ dâng Lục Cúng)

XƯỚNG:

DÂNG QUẢ

Chúng con vọng bái ngưỡng cầu
Kiều Đàm Di Mẫu ơn sâu đáp đền
Trà hương, quả phẩm dâng lên
Tâm thành nguyện kính một đời báo ân. (o)

DÂNG HƯƠNG

Hương xông khắp cả mười phương
Thành tâm nguyện hướng cúng dường tổ ni
Lòng từ độ lượng dung nghi
Giới hương lan tỏa hành trì Như Lai. (o)

DÂNG ĐÈN

Đăng trí tuệ khơi nguồn Bát Nhã
Hạnh từ bi độ khắp muôn loài
Đèn thiền tỏa rạng cao xa
Dẫn đường Ni giới ngồi tòa pháp thân. (o)

DÂNG TRÀ

Tâm thành nguyện kính dâng lên
Trà hương, quả phẩm ân đền Thánh Ni
Chúng con một dạ bước đi
Nguyện noi gương hạnh Tổ Ni muôn đời. (o)

DÂNG HOA

Hoa rực rỡ giữa vườn giải thoát
Hạnh nữ nhi bát ngát hương thơm
Lòng trần thoát tục vừa đơm
Nở hoa thánh quả tâm phàm xả ly. (o)

DÂNG CƠM

Cơm Hương Tích kính dâng Di Mẫu
Nghĩa đạo mãi khắc đậm ngàn sau
Chúng con nguyện đáp ơn đầu
Tiến tu đạo nghiệp thấu tình ân sâu. (ooo)

NGHI CÚNG CƠM

(Kính mời chư Ni đến Bàn Tổ
thực hành nghi lễ cúng cơm)

Chủ lễ xướng: **Thích nữ tụ vị - Hồ quỳ. Phần hương, Niệm hương, Hiến hương Khởi thân lễ tam bái - Hồ quỳ**

CÁI VĂN: **Hạnh nguyện lưu phương thế thế truyền, Tùy cơ cảm ứng tục miên viên. Kiều Đàm nhơn khởi ân lưu bố, Hỷ kiến công viên chiếu đại thiên. Nhuận trạch Ni lưu triêm đức hóa, Thanh lương hải chúng phát tâm điền. Cung thừa thoại khí Kiều Di Mẫu, Bất xã từ bi giáng pháp diên.** (o)

TÁN

Chiên đàn hải ngạn.

Lư nhiệt danh hương

Da du tử mẫu lưỡng vô ương

Hỏa nội đắc thanh lương

Chí tâm kim tương

Nhứt chú biến thập phương.

Nam Mô Hương Vân Cái Bồ Tát Ma Ha Tát.
(3 lần) (o)

PHỤC DĨ: **Nhất thiết chư hành thị vô thường, Sanh tử hữu tận chí hà phương. Bất sanh bất tử qui khứ tốc, Tịch diệt vi lạc kiến Pháp Vương.**

Ca Tỳ La quốc độ, đại tối thắng chủ nương, Liễu Ta Bà sanh tử, ngộ thế thái tang thương. Nhơn sanh năng kỷ hà, thế thượng chỉ như thử, Đầu Phật nguyện xuất gia.

Chuyên thân phụng thỉnh, phục vọng lai lâm, Ni Chúng thành tâm thượng hương bái thỉnh. Hương hoa thỉnh:

NHỨT TÂM PHỤNG THỈNH: **Thích Ca quí tộc, Hiệu viết Mâu Ni. Xả ái tài phát nguyện Quy y, Ngộ thế đạo phát tâm học đạo.** (o)

CUNG DUY: **Nam mô Kiều Đàm Di Mẫu Bồ Tát Ma Ha Tát.** (o)

DUY NGUYỆN: **Đại tâm, đại hạnh, đại nguyện, đại từ. Thỉnh giáng hương diên, chứng minh công đức. Hương hoa thỉnh:**

NHỨT TÂM PHỤNG THỈNH: **Pháp Hoa hải hội, Phật thuyết nhơn duyên. Ái đạo Tỳ Kheo Ni hiện tiền, Vị lai chúng sanh hỷ kiến Phật.** (o)

CUNG DUY: **Nam mô Kiều Đàm Di Mẫu Bồ Tát Ma Ha Tát.** (o)

DUY NGUYỆN: **Đại tâm, đại hạnh, đại nguyện, đại từ. Thỉnh giáng hương diên, chứng minh công đức. Hương hoa thỉnh:**

Nhứt tâm phụng thỉnh: Phổ hội giảng đường Cao đài Lan Nhã, Bất kham nhậm kiến Phật diệt độ

đảnh lễ. Thâu thần nhập hỏa quang. (o)

CUNG DUY: **Nam mô Kiều Đàm Di Mẫu Bồ Tát Ma Ha Tát.** (o)

DUY NGUYỆN: **Đại tâm, đại hạnh, đại nguyện, đại từ. Thỉnh giáng hương diên, chứng minh công đức. Hương hoa thỉnh.**

TÁN: **Ngưỡng mong tôn giả giáng đạo tràng, thọ thử hương hoa phổ cúng dường. Bất xả từ bi lai tiếp thọ. Oai quang lãng diệu mộc quần hương.**

Nam mô Vân Lai Tập Bồ Tát Ma Ha Tát.
(3 lần) (o)

XƯỚNG: **Sơ thời Di Mẫu tối thượng duyên. Quy mạng Như Lai ý diệu huyền. Xả tục xuất gia vô thượng đạo. Hội trung thế phát vĩnh lưu truyền.** (o)

Tấn trà - điểm trà - hiến trà.

Khởi thân lễ tam bái. Hồ quỳ.

Nam mô Cam Lồ Vương Bồ Tát Ma Ha Tát.
(3 lần) (o)

XƯỚNG: **Trường ngự lưu xa xã hóa thành. Bảo tạng qui khứ tống nan danh. Tướng lai tác Phật thường an lạc. Hỷ kiến chúng sanh đạo quả thành.** (o)

Tấn trà - điểm trà - hiến trà.

Khởi thân lễ tam bái. Hồ quỳ.

Nam mô Cam Lồ Vương Bồ Tát Ma Ha Tát.
(3 lần) (o)

XƯỚNG: **Duyên duyên tùy thuận xã. Pháp pháp tổng quy không. Bồ đề bổn viên tịch. Hương Tích chúng sanh đồng.**

Tấn Phạn, Khải Phạn, Hiến Phạn. Khởi thân lễ tam bái. Hồ quỳ.

TÁN:

Nam mô Phổ Cúng Dường Bồ Tát Ma Ha Tát.
(3 lần) (o)

Phổ hội Đạo Tràng Phật phóng quang, Cao đài Lan Nhã hiện Nê Hòan. Xá di ngũ bách an thiền định, Ái Đạo thâu thần nhập hỏa quang. (o)

Tấn trà - điểm trà - hiến trà.

Khởi thân lễ tam bái. Hồ quỳ

Nam mô Cam Lồ Vương Bồ Tát Ma Ha Tát.
(3 lần) (o)

KINH BÁT NHÃ BA LA MẬT

Khi Ngài Quán Tự Tại Bồ Tát thực hành sâu xa pháp Bát Nhã Ba La Mật Đa, Ngài soi thấy năm uẩn đều không, qua hết thảy khổ ách.

"Này Xá Lợi Phất, sắc chẳng khác không, không chẳng khác sắc, sắc tức là không, không tức là

sắc. Thọ, Tưởng, Hành, Thức cũng đều như thế".

"Này Xá Lợi Phất, 'tướng không của mọi pháp' không sanh, không diệt, không dơ, không sạch, không thêm, không bớt, nên trong 'chân không', không có sắc, không có thọ, tưởng, hành, thức, không có mắt, tai, mũi, lưỡi, thân, ý, không có sắc, thinh, hương, vị, xúc, pháp, không có nhãn giới, cho đến không có ý thức giới, không có vô minh, cũng không có cái hết vô minh, cho đến không có già chết, cũng không có cái hết già chết, không có khổ, tập, diệt, đạo, không có trí huệ, cũng không có chứng đắc.

Vì không có chỗ chứng đắc, nên Bồ Tát y theo Bát Nhã Ba La Mật Đa, tâm không ngăn ngại. Vì không ngăn ngại, nên không sợ hãi, xa hẳn điên đảo, mộng tưởng, đạt tới cứu cánh Niết Bàn.

Chư Phật trong ba đời cũng y theo Bát Nhã Ba La Mật Đa, được đạo quả vô thượng chánh đẳng chánh giác.

Nên biết Bát Nhã Ba La Mật Đa là Đại Thần Chú, là Đại Minh Chú, là Vô Thượng Chú, là Vô Đẳng Đẳng Chú, trừ được hết thảy khổ, chân thật không hư".

Vì vậy, liền nói Chú Bát Nhã Ba La Mật Đa:

"Yết đế, yết đế, ba la yết đế, ba la tăng yết đế, bồ đề tát bà ha". (3 lần) (o)

VÃNG SANH QUYẾT ĐỊNH CHÂN NGÔN

Nam-mô a di đa bà dạ Đa tha dà đa dạ

Đa địa dạ tha. A di rị đô bà tỳ

A di rị đa tất đam bà tỳ A di rị đa tì ca lan đế

A di rị đa, tì ca lan đa Dà di nị dà dà na

Chỉ đa ca lệ ta bà ha. (3 lần) (o)

NIỆM PHẬT

Ngôi vàng từ giã,

Núi Tuyết tu hành,

Tham thiền nhập định

giữa rừng xanh,

Cầu Phật quả viên thành,

Cứu độ quần sanh,

Cao cả đấng cha lành.

Nam mô Bổn Sư Thích Ca Mâu Ni Phật.
(3 lần) (o)

Nam-mô Đại-bi Quán-Thế-Âm Bồ-tát.
(3 lần) (o)

Nam-mô Đại-Thế-Chí Bồ-tát. (3 lần) (o)

Nam-mô Địa-Tạng Vương Bồ-tát. (3 lần) (o)

Nam-mô Đại-Hiếu Mục Kiền Liên Bồ-tát.
(3 lần) (o)

Nam-mô Thanh-tịnh Đại-Hải chúng Bồ-tát.
(3 lần) (ooo)

Nam mô Đại Thánh Khải Giáo A-Nan-Đà tôn giả.
(3 lần) (o)

Nam mô Sơ Tổ Ni Giới Đại Ái Đạo Kiều Đàm Di Mẫu– Đương Lai Nhất Thiết Chúng Sanh Hỷ Kiến Phật. (3 lần) (ooo)

SÁM NGUYỆN

Trang nghiêm đài sen ngự tọa
Đại hùng từ phụ Thích Ca
Đệ tử lắng lòng thanh tịnh
Bàn tay chắp thành liên hoa
Cung kính hướng về Điều ngự
Dâng lời sám nguyện thiết tha. (o)
Đệ tử phước duyên thiếu kém
Sống trong thất niệm lâu dài
Không được sớm gặp chánh pháp
Bao nhiêu phiền lụy đã gây
Bao nhiêu lỡ lầm vụng dại
Vô minh che lấp tháng ngày
Vườn tâm gieo hạt giống xấu
Tham, sân, tự ái dẫy đầy
Những nghiệp sát, đạo, dâm,vọng

Gây nên từ trước đến nay
Những điều đã làm, đã nói
Thường gây đổ vỡ hàng ngày.
Bao nhiêu não phiền nghiệp chướng
Nguyện xin sám hối từ đây. (o)
Đệ tử thấy mình nông nổi
Con đường chánh niệm lãng xao
Chất chứa vô minh phiền não
Tạo nên bao nỗi hận sầu;
Có lúc tâm tư buồn chán
Mang đầy dằn vặt lo âu,
Vì không hiểu được kẻ khác
Cho nên hờn giận, oán cừu;
Lý luận xong rồi trách móc
Mỗi ngày mỗi chuốc khổ đau
Chia cách hố kia càng rộng
Có ngày không nói với nhau
Cũng không muốn nhìn thấy mặt
Gây nên nội kết dài lâu;
Nay con hướng về Tam Bảo
Ăn năn khẩn thiết cúi đầu. (o)
Đệ tử biết trong tâm thức
Bao nhiêu hạt tốt lấp vùi:

Hạt giống thương yêu, hiểu biết
Và bao hạt giống an vui.
Nhưng vì chưa biết tưới tẩm
Hạt lành không mọc tốt tươi
Cứ để khổ đau tràn lấp
Làm cho đen tối cuộc đời
Quen lối bỏ hình bắt bóng
Đuổi theo hạnh phúc xa vời
Tâm cứ bận về quá khứ
Hoặc lo rong ruổi tương lai
Quanh quẩn trong vòng buồn giận
Xem thường bảo vật trong tay
Dày đạp lên trên hạnh phúc
Tháng năm sầu khổ miệt mài;
Giờ đây trầm xông bảo điện
Con nguyền sám hối đổi thay. (o)
Đệ tử tâm thành quy ngưỡng
Hướng về chư Bụt mười phương
Cùng với các vị Bồ Tát
Thanh văn, Duyên giác,thánh hiền
Chí thành cầu xin sám hối
Bao nhiêu lầm lỡ triền miên
Xin lấy cam lồ tịnh thủy

Tưới lên dập tắt não phiền
Xin lấy con thuyền chánh pháp
Đưa con vượt nẻo oan khiên
Xin nguyện sống đời tỉnh thức
Học theo đạo lý chân truyền
Thực tập nụ cười hơi thở
Sống đời chánh niệm tinh chuyên. (o)
Đệ tử xin nguyền trở lại
Sống trong hiện tại nhiệm mầu
Vườn tâm ươm hạt giống tốt
Vun trồng hiểu biết, thương yêu.
Xin nguyện học phép quán chiếu
Tập nhìn tập hiểu thật sâu
Thấy được tự tánh các pháp
Thoát ngoài sinh tử trần lao
Nguyện học nói lời ái ngữ
Thương yêu, chăm sóc sớm chiều
Đem nguồn vui tới mọi nẻo
Giúp người vơi nỗi sầu đau
Đền đáp công ơn cha mẹ
Ơn thầy nghĩa bạn dày sâu.
Tín thành tâm hương một nén
Đài sen con nguyện hồi đầu

Nguyện đức từ bi che chở
Trên con đường đạo nhiệm mầu
Nguyện xin chuyên cần tu tập
Vuông tròn đạo quả về sau. (ooo)

HỒI HƯỚNG

Cúng Tổ công đức, hạnh nhiệm mầu Thắng
phước bao nhiêu con nguyện cầu
Tất cả chúng sanh trong pháp giới
Hướng về Phật Pháp tỏ đạo mầu.
Nguyện cho ba chướng tiêu tan
Phiền não dứt sạch, huệ căn sang ngời
Cầu cho con được đời đời
Hành Bồ Tát Đạo, cứu đời lầm than.
Nguyện sanh Tây Phương, cõi Lạc Bang
Cha mẹ, sen vàng chín phẩm sanh
Hoa nở, thấy Phật, quả viên thành
Các vị Bồ Tát bạn lành với ta.
Nguyện đem công đức này
Hướng về khắp tất cả
Đệ tử và chúng sanh
Đều trọn thành Phật đạo. (o)

PHỤC NGUYỆN

Nam mô Bổn Sư Thích Ca Mâu Ni Phật, tác đại chứng minh.

Phục Nguyện: **Kỳ Viên khải thỉnh Thế Tôn từ mẫn** độ **Nữ Nhơn, phổ hội Đạo Tràng đảnh lễ.**

Như Lai an Thiền Định, **ngũ bách xá di.**

Thanh tịnh Kiều Đàm Di Mẫu bi tâm, bất kham nhậm kiến Phật niết bàn, nhập tam muội thâu thần diệt độ.

Phổ Nguyện: **Ni lưu xã tứ khổ, tu lục độ Ba La, trường ngự, bạch ngư xa, chúng thành, vô thượng đạo.** (o)

Chúng hòa: **Nam mô A Di Đà Phật.** (o)

Tụng: **Nguyện chư thế giới thường an ổn, Vô biên phước trí nhuận quần sanh. Bồ đề quả thục tự viên thành, Tùy sở trụ xứ thường an lạc.** (o)

PHỤ LỤC 1

ĐẠI LỄ TƯỞNG NIỆM THÁNH TỔ KIỀU ĐÀM DI

Tại Miền Nam California, Hoa Kỳ - Năm 2022

Thích Nữ Giới Hương

Sáng nay mồng 8 tháng 2 năm Nhâm Dần (tức ngày 10 tháng 03 năm 2022). Tiết xuân ấm áp, chan hòa với muôn hoa đua nở, hân hoan chào đón các vị Tăng Ni từ khắp nơi cùng vân tập tại Chùa Phước Quang, quận Cam, tiểu bang California, đến tham dự lễ Húy Nhật tưởng niệm Đức Thánh Tổ Ni Đại Ái Đạo.

Nương lịch sử con tìm về quá khứ
Kiều Đàm Di bậc trí tuệ thượng thừa.

Chư tôn đức Tăng ni tham dự lễ Tưởng niệm

Ngược dòng lịch sử hơn 25 thế kỷ qua. Đức Thánh Tổ Đại Ái Đạo, với ý chí cầu đạo ngút ngàn, Ngài đã từ bỏ ngôi mẫu nghi thiên hạ, từ bỏ cung vàng điện ngọc, Ngài cùng với 500 công nương quý tộc từ kinh đô đến thành Tỳ-xá-ly, khẩn cầu xin Đức Phật cho phép Ni giới được xuất gia và gia nhập tăng đoàn. Ngài đã thành lập kỷ cương ni đòan để phụng sự và hoằng dương Phật Pháp.

Nhiệt huyết ấy của Ngài được lan tỏa và duy trì bởi các bậc Ni sư tiền bối, và cho đến hôm nay, nó vẫn còn tuôn trải trong lòng của mỗi Ni sư hậu bối chúng con trên đất nước Hoa Kỳ này, cũng như ở khắp mọi miền Việt nam và khắp nơi trên thế giới.

Hôm nay, cũng với bầu nhiệt huyết ấy, chư Ni chúng con đang sinh hoạt và hoằng pháp tại Hoa Kỳ, hướng về tương lai của sự kết thừa trong niềm tin và trí tuệ. Với tinh thần hoài niệm ân xưa, chúng con hân hoan, thành kính, tổ chức Đại lễ tưởng niệm đức Thánh tổ Ni Đại Ái Đạo Kiều Đàm Di.

BAN TỔ CHỨC LỄ TƯỞNG NIỆM

1. Trưởng ban tổ chức: Ni sư TN Như Quang
2. Phó ban: Ni sư TN Giới Hương, Ni sư TN Nguyên Bổn, Ni sư TN Tiến Liên và Ni sư TN Như Minh
3. Ban trang trí: TT Chúc Thông và TT Chúc Thiền và Hương đăng: Sc Nhật Thoại
4. Ban cung tiến: Ns Nguyên Bổn và Ni chúng Huyền Không
5. Ban tiếp tân: Ns Giới Định và Ns Tuệ Từ
6. Ban tiếp lễ: Ns Như Hiền, Sc Pháp Vân và Sc Nguyên

Diệu

7. Ban xướng ngôn: Sư cô Phước Từ và Sư cô Lệ Ý
8. Ban ẩm thực: Ni chúng Chùa Huệ Quang và Chùa Bát Nhã
9. Ban hành đường: Ns Diệu Điền, Sc Minh Chiếu và Ni chúng Tu viện Đại Bi
10. Ban thị giả: Sc Như An và Sc Chơn Nghiêm
11. Ban dâng Lục Cúng: Sc Phước Quang, Sc Nguyên Giác, Sc Tịnh Vân, Sc Pháp Hỷ, Sc Trung Triết và Sc Nguyên Vân
12. Ban cung nghinh: Sc Thiện Tâm, Sc Thiện Ngọc, Sc Thiện Nghĩa, Sc Hạnh Độ và đạo tràng Kiều Đàm Di.

Chùa Phước Quang, Garden Grove, California

CHƯƠNG TRÌNH LỄ TƯỞNG NIỆM

- Niệm Phật và nghi thức lễ chào cờ
- Tuyên bố lý do
- Giới thiệu thành phần tham dự
- Diễn văn khai mạc (*Ni sư Như Quang*)
- Tiểu sử Thánh Tổ Kiều Đàm Di (*Ni sư Như Minh*)
- Văn tưởng niệm của Ni giới (*Ni sư Tiến Liên*)
- Ni giới phát nguyện (*Ni sư Giới Hương*)
- Cảm nghĩ Phật tử (*Ưu bà di Tịnh Nguyện*)
- Nghi lễ tiến cúng Đức Thánh Tổ Ni (*Ni sư Nguyên Bổn*)
- Huấn từ Hòa Thượng chứng minh (*Hòa thượng Phước Thuận, Hòa thượng Minh Tuyên, Hòa thượng Thiện Long, Hòa thượng Minh Mẫn và Hòa thượng Minh Dung*)
- Cảm tạ (*Ni sư Huệ Chiếu*)
- Cúng dường trai tăng (*Ni sư Giới Định*)
- Hoàn mãn.

Từ thành Tỳ Xá Ly uy nghi,
Tổ Đại Ái Đạo Kiều Đàm Di,
Xả thân cầu Đạo tìm chân lý,
Giác ngộ ban truyền luật giới Ni.

Mở đầu chương trình đại lễ với phần chào cờ nghiêm trang, hai MC **sư cô Phước Từ và sư cô Lệ Ý** thay mặt ban tổ chức cung kính tri ân chư tôn trưởng lão Hòa thượng, quý Ni trưởng, chư thiền đức tăng ni và quý đồng hương

Phật tử đã đáp lời mời tha thiết của Ni sư trưởng ban tổ chức Thích Nữ Như Quang mà chấn tích tham dự buổi lễ và ban lời huấn từ giáo dưỡng cho hàng ni giới. Đạo hiệu của chư tôn giáo phẩm nhị bộ tăng già như:

- Trưởng lão Hòa thượng Thích Phước Thuận, viện chủ Chùa Trí Phước
- Hòa thượng Thích Minh Tuyên, viện chủ tổ đình Minh Đăng Quang
- Hòa thượng Thích Nhật Quang, tịnh thất Minh Quang
- Hòa thượng Thích Thiện Long, viện chủ Chùa Phật Tổ
- Hòa thượng Thích Minh Mẫn, viện chủ Chùa Huệ Quang
- Hòa thượng Thích Minh Dung, viện chủ Chùa Quang Thiện và Tu viện Sơn Tùng
- Thượng tọa Thích Minh Tâm, trụ trì Tịnh xá Giác Lý
- Ni trưởng TN Như Tịnh, viện chủ Tu viện Đại Bi
- Ni trưởng TN Như Trí, trụ trì Chùa Vạn Hạnh, Việt Nam
- Ni sư TN Như Tâm đến từ Chùa Huệ Quang
- Ni sư TN Giới Hương, trụ trì Chùa Hương Sen, Riverside
- Ni sư TN Nguyên Bổn, trụ trì Chùa Kiều Đàm, Santa Ana
- Ni sư TN Tiến Liên, trụ trì Tịnh Xá Ngọc Hòa, San Jose
- Ni sư TN Như Minh, trụ trì Tịnh Thất Từ Hạnh, Westminster
- Ni sư TN Như Hạnh

- Ni sư TN Như Nguyện
- Ni sư TN Huệ Chiếu, trụ trì Chùa Bát Nhã
- Ni sư TN Chơn Viên, trụ trì Tu Viện Đại Bi
- Ni sư TN Giới Định, đến từ Chùa Bát Nhã
- Ni sư TN Chúc Vân, trụ trì Chùa Giác Tâm

Cùng với chư Thượng tọa đại đức, quý sư cô, quý Phật tử đồng hương và các cơ quan truyền thông báo chí ở quận Cam và các vùng lân cận đồng đến tham dự.

Không có gốc cành kia sao xanh lá
Không có cành, hoa trái nở từ đâu?

Lễ tưởng niệm về vị sơ tổ Ni giới Kiều Đàm Di, gia tăng niềm tin, giúp Ni giới học hỏi công hạnh, củng cố ý chí, nhắc nhở nhau trên con đường tiến tu đạo nghiệp. Ni sư Thích Nữ Như Quang trụ trì Chùa Phước Quang không ngại không gian chùa còn khiêm tốn, vẫn mạnh dạn đứng ra dựng lều, dựng rạp ngoài sân, tổ chức lễ tưởng niệm, để chư Ni ở khắp nơi trên Hoa Kỳ, có dịp tụ hội về để nhớ đến cội nguồn của mình.

Ni sư Thích Nữ Như Quang, lòng tràn đầy cảm xúc, nghẹn ngào trình bày như sau: "*Bổn Tự chúng con được hội đủ duyên lành, nghìn năm một thuở, hiệp cùng Chư Ni chị em quanh vùng, bằng tất cả tâm tư, nguyện vọng long trọng mạo muội tổ chức "Đại Lễ Tưởng Niệm Đức Thánh Tổ Ni Đại Ái Đạo Kiều Đàm Di và các Vị Trưởng Lão Ni Tiền Bối...*

Với tâm nguyện thiết tha, ngập tràn lòng tôn kính, tri ân Chư Tổ Ni ngày xưa đã trải qua biết bao gian nan, công lao khổ nhọc, mới được dự vào hàng Thích Tử của Như Lai. Ngài đã tận tâm, tích cực, nỗ lực tu hành, dốc hết chí mình để phụng sự cho nhân sinh, thương cảm biết bao thân phận nữ nhi, quyết lòng giải thoát ra khỏi bờ sinh tử. Nếu như xưa kia không có sự hi sinh vĩ đại của Chư Tổ Ni, thì ngày hôm nay đâu có hàng Thích Nữ của chúng con. Nghĩ đến đây, chúng con chạnh lòng, bùi ngùi, tha thiết, thương kính, tri ân, bằng tất cả tâm tư chí thành, hướng vọng về Ân Đức và công hạnh của Đức Thánh Tổ Ni Kiều Đàm Di cùng những Bậc Trưởng Lão Ni tiền bối, những thế hệ đã dày công, vun bồi và cống hiến cho Đạo pháp và dân tộc, khai sáng và nâng bước cho Ni giới từ Việt Nam đến phương trời hải ngoại, từ quá khứ cho đến ngày hôm nay.

Một lần tưởng niệm bao lời ý,
Thương cảm người xưa dạ khó bì,
Vinh hoa buông bỏ tìm chân lý
Quên cả thân vàng, phận Quốc phi
Tổ Đại Ái Đạo Kiều Đàm Di
Ni giới một lòng dạ khắc ghi,
Gắng công tu học cho bền chí,
Xứng đáng tặng đời một chữ Ni."

Ni sư TN Như Quang đọc diễn văn khai mạc

Ni sư Thích Nữ Như Minh (*em gái ruột của Ni sư TN Như Quang*) trước di ảnh của Thánh Tổ Kiều Đàm Di, cùng tuyên đọc tiểu sử của ngài :

"*Đức Thánh Tổ Ni Đại Ái Đạo Kiều Đàm Di, tên thật là Mahapajapati Gotami. Ngài là công chúa, con của vua Thiện Giác, là em gái của Hoàng hậu Maha Maya. Khi hoàng hậu Maya đản sinh Thái tử Tất Đạt Đa được 7 ngày, thì hoàng hậu Maya băng hà. Vua Tịnh Phạn tấn phong Di mẫu Gotami làm Hoàng hậu. Di mẫu đã hết dạ yêu thương, và chăm sóc cho Thái tử Tất Đạt Đa như con ruột của mình. Khi Di mẫu hạ sinh hoàng nam Nan Đà và công chúa Tôn Đà La Nan Đà. Ngài đã hy sinh tình mẫu thân, giao các con ruột của mình cho các thị nữ chăm sóc. Để Ngài có thêm thời gian nuôi nấng, chăm sóc, thương yêu dạy dỗ Thái tử Tất Đạt Đa cho đến ngày khôn lớn và thành gia thất với công chúa Da Du Đà La. Nhưng hạnh phúc thế gian không đem lại niềm vui vô biên, khi cuộc sống còn có nhiều đau khổ của vô thường chi phối, Thái tử Tất Đạt Đa quyết chí xuất gia tầm đạo. Ngài tu tập và chứng thành quả vị Vô Thượng Chánh Đẳng Chánh Giác. Sau đó, Đức Thế Tôn trở về thành Ca Tỳ La Vệ, Ngài thuyết pháp độ cho Vua cha, cho Di mẫu và cả hoàng tộc Thích Ca đều thấm nhuần Đạo cả.*

Trong bài Kinh Trì Pháp Túc Sanh truyện, Với trí tuệ thông minh của Người hiền trí, Di mẫu thấm nhuần được Chánh Pháp của Thế Tôn, trải nghiệm được niềm vui tịch tịnh trong Chánh Pháp, Ngài dõng mãnh, tín tâm kiên cố, quyết chí thực hiện cuộc hành trình vĩ đại từ bỏ tất cả mọi vinh hoa, phú quý, ngũ dục của thế gian, cầu xin xuất gia. Ngay sau đó, di mẫu Mahàpajàpati và 500 người nữ dòng tộc Thích Ca được Đức Phật cho phép thọ Đại giới, trở thành những vị Tỳ Kheo Ni đầu tiên của giáo đoàn Ni.

Sau khi thọ lãnh, Di Mẫu nhiệt tâm, tinh cần tu tập Bát Kỉnh Pháp, và được Đức Thế Tôn hướng dẫn Thiền định. Chỉ trong một thời gian ngắn, Di Mẫu tinh cần tu tập, Ngài đạt được chứng đắc Thánh quả A La Hán. 500 vị Tỳ Kheo Ni cũng lần lượt đạt chứng quả A La Hán. Một hôm, tại tinh xá Kỳ Viên, Di Mẫu Mahàpajàpati được Đức Phật xác nhận là vị "Thánh Kinh Nghiệm Đệ Nhất", Ngài sống hưởng thọ hạnh phúc, giải thoát Niết bàn.

Di Mẫu Mahàpajàpati tuyên bố chánh trí của mình và tán thán hạnh đức của Đức Thế Tôn để nói lên lòng biết ơn của Ngài.

Bậc Giác ngộ anh hùng!
Con xin đảnh lễ Ngài,
Ngài là Bậc Tối thượng,
Giữa mọi loài chúng sanh,
Ngài giải khổ cho con,
Cùng rất nhiều người khác..."

Di mẫu Kiều Đàm Di mãi mãi là tấm gương sáng cho Ni đoàn từ thời xưa và đến nay. **Ni sư Thích Nữ Tiến Liên,** đại diện cho chư ni hậu học đọc văn tưởng niệm kính dâng lên Thánh tổ:

"*Dưới sự hướng dẫn, dìu dắt của Đức thánh Tổ Ni Kiều Đàm Di, giáo đoàn Tỳ Kheo Ni thời bấy giờ đạt được những thành tựu thù thắng. Có nhiều bậc Trưởng Lão Ni chứng đắc Thánh quả A La Hán.*

Dẫu rằng tứ đại tiêu tan,
Danh thơm vẫn ở thế gian muôn đời,
Pháp thân lồng lộng sáng ngời,
Chan hòa pháp giới, rạng ngời sử son.

Dẫu biết, Quý Ngài rất ung dung tự tại với sự đến, đi, được, *mất trên cõi đời này, nhưng hàng hậu bối chúng con vẫn tha thiết muốn được chiêm bái Quý Ngài ở giữa hơi thở đất trời.* Để *chúng con* được *hạnh phúc, tự hào dâng lên lời tri ân Ni Giáo của quý Ngài, nhờ đó, chúng con có được những công hạnh, ân đức thù thắng trên con đường tiến tu và hoằng Pháp.*

Kính lạy Quý Ngài,

Chúng con đang hiện nơi đây, để hồi tưởng về thâm

ân, hạnh đức của Quý Ngài, Ni giới giáo dưỡng của Ngài vẫn đang tuôn chảy trong nhịp đập con tim của mỗi người Ni giới chúng con. Quý Ngài đã thắp sáng cho chúng con bằng Ngọn Hải Đăng Giải Thoát. Chúng con xin nguyện nương ánh sáng vô thượng này, để vững bước chân trên Đạo lộ Giải Thoát."

Hội trường đại lễ

Để tiếp nối chí nguyện đó, **Ni sư Thích Nữ Giới Hương** cũng thay mặt chư Ni phát nguyện thăng hoa giới đức, thực hiện sứ mạng xuất thế thiêng liêng, tiếp nối mạng mạch Phật pháp, góp phần trang nghiêm cho Ni đoàn mà Thánh Tổ Kiều Đàm Di A La Hán đã để lại.

- *Chúng con nguyện giữ gìn giới luật Tỳ Kheo Ni như mạng mạch của Phật pháp.*
- *Lấy sự tu tập giải thoát làm sự nghiệp chính.*

- *Thúc liễm thân tâm, chánh niệm, tỉnh giác, hộ trì sáu căn.*
- *Mỗi nửa tháng tụng giới để ôn cố và tri tân: Cần phải linh hoạt, biết thích ứng và áp dụng giới luật vào đời sống hiện thực, chứ không phải chỉ là cứng ngắc trong khuôn sáo.*
- *Vâng giữ Bát kính pháp, biểu thị đạo hạnh khiêm cung của những bậc nghiêm trì truyền thống cao đẹp của Phật pháp.*
- *Tuân giữ pháp lục hòa, kính trên nhường dưới, nâng đỡ chư ni và hộ trì hàng xuất gia và tại gia.*
- *Trao dồi Pháp học và thực hành chứng ngộ (pháp hành). Lấy giới hạnh đoan nghiêm làm gương lành cho hàng ngũ xuất gia và tại gia. Hành đạo với tất cả lòng thành kính, chân thật tự nhiên và không lợi dưỡng.*

Giới Ni lan tỏa muôn nơi
Đại Ni độ chúng chơi vơi Ta bà.
Tri ân Thánh Tổ Pháp hoa
Rập đầu tôn kính bao la phát nguyền.

Quý phật tử thiện nam tín nữ luôn vô cùng hoan hỉ, và đồng hành cùng chư Ni trong mọi Phật sự của chùa. **Phật tử Tịnh Nguyện** đại diện cho hàng Phật tử tại gia, dâng lên đôi dòng cảm tưởng trong ngày lễ Về nguồn, nhớ ơn Thánh Tổ Đại Ái Đạo như sau:

"*Chúng con là những hàng ưu bà tắc, ưu bà di được dự vào hàng thất chúng (bảy chúng: Tỳ kheo, Tỳ kheo ni, Thức Xoa Ma Na, Sadi, Sadini, Ưu bà tắc, Ưu ba di), được thừa hưởng gia tài tuệ giác vô thượng của chư Phật tổ, được chư tôn thiền đức dạy bảo và đây cũng là lần đầu tiên, chúng con được đầy đủ phước duyên nghe qua những dòng lịch sử của đức Thánh Tổ Ni Đại Ái Đạo. Chúng con thật xúc động, tự hào và hạnh phúc biết bao...*

Hàng Phật tử Ưu bà Tắc, Ưu Bà Di chúng con cũng xin phát nguyện tinh tấn tu hành, hộ trì ngôi nhà Phật Pháp, xin nguyện suốt đời nương tựa và phụng sự cho Chánh pháp để lợi lạc chung cho chúng con và tất cả chúng sanh.

Người xưa tuy đã qui Tây
Nhưng công hạnh ấy sử xanh lưu truyền
Thánh Tổ Ni Kiều Đàm Di
Chúng con xin nguyện khắc ghi Ân Ngài."

Tiếp theo là nghi lễ cúng tiến Thánh tổ. Quý sư cô trong ban kinh sư trịnh trọng, trang nghiêm thực hành nghi lễ: dâng cơm, dâng trà, và dâng hoa giữa lời xướng ngâm trầm hùng, ngân nga của **Ni sư sám chủ Thích Nữ Nguyên Bổn cùng ban kinh sư chùa Huyền Không.**

Chúng con vọng bái ngưỡng cầu
Kiều Đàm Di Mẫu ơn sâu đáp đền
Trà hương, quả phẩm dâng lên
Tâm thành nguyện kính một đời báo ân.

Hương xông khắp cả mười phương
Thành tâm nguyện hướng cúng dường tổ ni
Lòng từ độ lượng dung nghi
Giới hương lan tỏa hành trì Như Lai.

Đăng trí tuệ khơi nguồn Bát Nhã
Hạnh từ bi độ khắp muôn loài
Đèn thèn tỏa rạng cao xa
Dẫn đường Ni giới ngồi tòa pháp thân.

Dâng TRÀ:

Tâm thành nguyện kính dâng lên
Trà hương, quả phẩm ân đền Thánh Ni
Chúng con một dạ bước đi
Nguyện noi gương hạnh Tổ Ni muôn đời.

Dâng HOA:

Hoa rực rỡ giữa vườn giải thoát
Hạnh nữ nhi bát ngát hương thơm
Lòng trần thoát tục vừa đơm
Nở hoa thánh quả tâm phàm xả ly.

Dâng CƠM:

Cơm Hương Tích kính dâng Di Mẫu
Nghĩa đạo mãi khắc đậm ngàn năm
Chúng con nguyện đáp ơn đầu
Tiến tu đạo nghiệp thấu tình ân xưa.

Ban dâng hoa

Trong thời khắc trang nghiêm, Tăng, Ni và phật tử thành tâm cùng hòa lòng với ban kinh sư để dâng hoa qua, hương, trà lên thánh tổ khai sơn Ni đoàn với tất cả tấm lòng thành kính ngưỡng vô biên của chư ni hậu học. Không gian có hạn, và thời gian có hạn, nhưng chư ni chúng con luôn mong nhận những lời dạy vô giá, vô hạn của Chư tôn thiền đức Tăng. Tiếp theo chương trình là lời huấn từ sâu sắc của Chư tôn đức trưởng lão Hòa thượng chứng minh.

Hòa thượng Thích Phước Thuận dù sức khỏe không tốt nhung ngài vẫn chấn tích quang lâm và tán thán công đức của Ni sư Thích Nữ Như Quang và ban tổ chức đã đứng ra tổ chức Lễ Tưởng Niệm Thánh Tổ Kiều Đàm Di lần thứ hai này. Tiếp nối lễ tưởng niệm lần thứ nhất năm 2019, do sư bà Nguyên Thanh, Chùa An Lạc tổ chức. Đây là một việc rất đáng tán thán và khuyến khích chư ni nên cùng nhau duy trì tại Hoa Kỳ này.

Hòa thượng Thích Minh Dung chia sẻ rằng có những bậc trí tuệ hay triết gia đưa ra những định hướng cho một xã hội mà nhiều khi cả ngàn năm, xã hội chưa bắt kịp. Một trong những định hướng cách mạng xã hội cách đây 2500 năm là trí tuệ của Đức Bổn Sư Thích Ca. Định hướng của Đức Phật là gì? Đó là sự đồng đẳng giữa giới tính nam nữ và đồng đẳng giữa giác ngộ của mọi chúng sanh. Bằng chứng là thánh tổ Kiều Đàm Di và 500 sư cô là hàng nữ lưu, chân yếu tay mền nhưng đều đạt được chứng quả A La hán giống như các chư tăng nam giới. Đại lễ hôm nay tại Chùa Phước Quang là thông điệp đồng đẳng qua hình ảnh Thánh Tổ Đại Ái Đạo và ni đoàn của 2500 năm trước và kéo dài đến nay, ni đoàn hiện tại, cho nên đại lễ hôm nay rất đáng trân trọng và kính ngưỡng.

Hòa thượng Thích Minh Tuyên rất hoan hỉ, ca ngợi việc làm của chư Ni tổ chức lễ hôm nay và thân tình tặng phong bì đỏ cúng dường cho Ni sư TN Như Quang trưởng ban tổ chức. Hòa thượng xin kết 10 tràng hoa đẹp để tặng cho Ni sư Thích Nữ Như Quang, Ni sư TN Như Minh, Ni sư TN Tiến Liên, Ni sư TN Giới Hương, Ni sư TN Nguyên Bổn, Ni sư Huệ Chiếu, Ni sư Giới Định, hai MC Sư cô Phước Từ, sư cô Lệ Ý, Phật tử Tịnh Nguyện, ban kinh sư, ban trang trí, ban cung nghinh và nhiều ban khác vv.... Tất cả các ban đều thể hiện rất nhịp nhàng, trang nghiêm. Thật tuyệt vời trên cả tuyệt vời! Dù tôi được duyên dự đại lễ ở nhiều nơi, nhưng hôm nay tại đây, tôi thật sự rung động và cảm xúc vô cùng. Đây là phước đức của Ni sư Như Quang và ban tổ chức. Thành kính tán thán!"

Hòa thượng Thích Thiện Long tán thán sức chịu đựng, dõng mãnh, kiên trì của Thánh Tổ Kiều Đàm Di vượt qua sự hiểu biết của con người. Thật không thể nào mô tả hết được sự khổ nhọc của Thánh tổ và 500 công nương dòng họ Thích. Các ngài là những người cao sang, quyền quý mà giờ đây đã hy sinh, đầu trần, chân đất đi bộ hàng trăm dặm đến rướm máu, tìm chân lý. Đức Phật là bậc trí tuệ từ bi và biết căn cơ từng người. Ngài biết Di mẫu rất tha thiết và tâm thành tìm đạo, nhưng ngài vẫn từ chối ba lần và vẫn để cho A-nan nhiều lần khẩn xin... Ngài làm vậy để chỉ giáo cho dì mẫu Đại Ái Đạo có công nuôi dưỡng ngài, biết được giáo pháp Phật đà không dễ có được, đạo mầu Phật đà không dễ đắc thành. Nếu thật sự không có tấm lòng khiêm hạ, không có sự kiên trì, bỏ hết bản ngã, thì không thể đạt đạo. Bản ngã càng to, càng cao thì đường giải thoát càng hẹp lại.

Quý Ni sư hôm nay là những vị tiếp nối Thánh tổ Kiều Đàm Di, tiếp nối tinh thần giáo dưỡng của Đức Bổn Sư Thích Ca Mâu Ni, hãy đoàn kết, hòa hợp, tôn kính, tôn trọng, làm trụ cột cho ngôi nhà Phật tổ, cho Phật pháp được trường tồn vì lợi ích cho muôn loài.

Trai đường Chùa Phước Quang

Hòa thượng Thích Minh Mẫn rất hoan hỉ xúc động khi giữa khung trời hải ngoại xa xôi, cách Việt Nam quê hương nửa vòng trái đất, tại miền Nam Cali, đạo tràng Chùa Phước Quang, một ngôi chùa bé nhỏ, khiêm tốn giữa lòng thành phố Garden Grove, đã chung lòng tổ chức Đại lễ tưởng niệm Đức Thánh Tổ Ni. Hòa thượng khuyên chư ni chúng nên giữ ngày truyền thống Mồng 8 tháng 2 âm lịch này để mỗi năm làm lễ húy kỵ chung cho sơ tổ Kiều Đàm Di và các Ni trưởng có công trong thời hiện đại như Ni trưởng Hải Triều Âm, Ni trưởng Diệu Không, Ni trưởng Đàm Lựu... Chúng ta là những người rời Việt Nam mấy chục năm rồi, bây giờ huynh đệ ni giới chung sức, chung lòng để tổ chức lễ Giỗ tổ. Đây là quê hương của mình vì chúng ta đang ở đây. Cố gắng gìn giữ truyền thống lễ này tại Hoa Kỳ. Các chùa ni nên luân phiên tổ chức như Tu viện Đại Bi, chùa Kiều Đàm, Tịnh Xá Ngọc Hòa, Chùa Viên Minh, Chùa Hương Tích, Chùa Hương Sen, vv... mỗi năm thay phiên một lần cùng chia sẻ trách nhiệm. Tán thán công đức Ni sư Như Quang và quý ni sư đã phấn đấu đào mương tắm mát trong truyền thống Ni giới này.

Trước khi hoàn mãn, **Ni sư Thích Nữ Huệ Chiếu** thay mặt ban tổ chức, cảm tạ, tri ân chư Tôn Thiền Đức chứng minh đến tham dự và ban cho những lời huấn từ sâu sắc về đức hạnh và giá trị của Thánh tổ và ni đoàn. Tri ân quý tôn đức Tăng Ni vì tình huynh đệ đồng môn và cám ơn quý Phật tử hộ pháp đã đóng góp tịnh tài, tịnh vật, công sức, trang trí lễ đài, sắp đặt hội trường, hương đăng, trần thiết, trị nhật, hành đường, thị giả, in ấn, tiếp tân, vận chuyển, vệ sinh, vv... để hoàn thành Phật sự đại lễ với tâm niệm: Uống nước nhớ nguồn.

Kính lạy Thánh tổ Kiều Đàm Di
Ơn người con mãi khắc ghi vào lòng
Đạo mầu người đã tròn xong
Pháp lạc đệ nhất thong dong Niết bàn
Nữ nhi, ni giới các hàng
Thành tâm cảm niệm muôn vàn tri ân.

Ni sư Thích Nữ Giới Định thay mặt ban tổ chức, bế mạc đại lễ qua bài cúng dường trai tăng như sau:

"*Đã hơn hai tiếng đồng hồ trôi qua, cả đạo tràng trong không khí trang nghiêm, thanh tịnh, hướng vọng về Ân đức Thánh Tổ Đại Ái Đạo Kiều Đàm Di. Với bao tấm lòng thiết tha, bộc bạch của hàng nữ lưu, kính dâng lên đức Thánh Tổ, dưới sự chứng minh của nhị Bộ đại tăng tiền bối, đã làm nung đúc chí nguyện của hàng xuất gia Ni giới, sách tấn chúng con trên con đường hoằng dương Phật pháp nơi hải ngoại bằng tất cả tấm lòng tri ân và tôn kính.*

Giờ này, đại lễ đã thập phần viên mãn, ban tổ chức chúng con vô cùng niệm ân, thành tâm thiết lễ cúng dường trai tăng, kính dâng trên Mười phương Tam Bảo chứng mình, dưới xin hiện tiền Nhị Bộ Đại Tăng doãn nạp, cho hàng ni giới giới và toàn thể chúng hội được tròn phần ân triêm công đức, lợi lạc quần sanh."

Trong buổi đại lễ tưởng niệm hôm nay, Chư ni chúng con được học hỏi rất nhiều từ những lời duy huấn chỉ dạy đầy đạo tình của chư tôn thiền đức trưởng lão, từ những bài diễn văn tri ân, báo ân của quý Ni sư, những lời kinh tiếng kệ trầm lắng cúng tổ của Ban kinh sư... Buổi lễ đã gắn kết tình huynh đệ trong ni giới chúng con, giúp chúng con ôn lại cội nguồn của mình, củng cố tâm hướng thượng, học biết cách cùng chung chia sẻ trách nhiệm, duy trì và tiếp nối con đường thánh tổ Kiều Đàm Di và các Ni trưởng tiền bối đã khổ công gầy dựng.

Kính tri ân Ni sư TN Như Quang và Ni sư TN Như Minh, Chùa Phước Quang, đã đại lao cho chư Ni, vì chư ni mà đứng ra đãm đang gánh vác, tổ chức cho Chư ni được những lợi lạc này.

Cầu nguyện chư Ni chân cứng đá mền trong việc tạo dựng kết nối truyền thống Ni đoàn tại Hoa Kỳ này.

Cầu nguyện chư ni tại Hoa Kỳ và khắp nơi trên thế giới ngày càng vững mạnh.

Buổi lễ kết thúc tốt đẹp viên mãn. Mọi người ra về với lòng hoan hỉ và ước mong hàng năm chư Ni được gặp lại, trong dịp cúng Tổ Kiều Đàm Di như thế này.

Nam Mô Ái Đạo Kiều Đàm Di A La hán
Thánh Tổ Ni giới

Nam Mô Đương Lai Nhất Thiết Chúng Sanh
Hỷ Kiến Phật tác đại chứng minh.

Thư phòng Chùa Hương Sen,
ngày 12 tháng 03 năm 2022

Kính tường,

Thích Nữ Giới Hương

huongsentemple@gmail.com

Ni sư Giới Hương và ban Tiếp tân

PHỤ LỤC 2

LỄ TƯỞNG NIỆM SƠ TỔ NI KIỀU ĐÀM DI

Lần đầu tiên được tổ chức

tại California, Hoa Kỳ - Năm 2019

Thích Nữ Giới Hương

Cuối tháng 8 năm 2019, thành phố được mệnh danh thung lũng Hoa Vàng miền Bắc Calfornia, San Jose, rợp bóng y vàng của Ni giới từ nhiều đơn vị, đặc biệt ở miền Nam và miền Bắc Cali, cùng vân tập về Chùa An Lạc do Ni Trưởng *thượng* Nguyên *hạ* Thanh Trụ trì, để cùng tham dự Đại Lễ Tưởng Niệm Sơ Tổ Kiều Đàm Di Đại Ái Đạo lần đầu tiên được tổ chức tại Hoa Kỳ.

Chùa An Lạc hôm nay như mang một màu sắc mới, từ trên Chánh điện đến nhà Tổ, trai đường, ngoài sân được trang trí với nhiều hoa tươi và ngũ quả đẹp mắt. Từ ngoài cổng bước vào, trước hiên chùa tấm biểu màu vàng chữ đỏ nổi bật đã ghi dấu sự kiện:

Lễ Tưởng Niệm

Ai Gia Phong Ngàn Năm Còn Ghi Dấu

Sáng ngời Thánh Tổ Kiều Đàm Di, Trưởng Lão Ni Tiền Bối.

Thời gian trôi qua với nhiều thế kỷ, các con cháu nhiều đời của Tổ Kiều Đàm Di hôm nay hiện diện tại San Jose, để cùng nhớ về cội nguồn, để tưởng niệm Ngài vì nhờ Sơ tổ mà chư Ni chúng ta được đắp y vàng giải thoát và được tu tập trong Tăng già thanh tịnh. Ni Sư Hương Thủy, vị MC của buổi lễ đã bắt đầu chương trình với bài thơ như sau:

Đưa tay lật từng trang lịch sử
Như thấy người xưa bỗng hiện về
Thánh Tổ Ni giới còn lưu lại
Dấu vết ghi ghi để hậu lai.

Vâng! Cả ngàn năm sau, vết son còn lưu dấu, để hôm nay lần đầu tiên khoảng 50 vị Ni như Ni trưởng Như Hòa (*Chùa Dược Sư*), Ni Trưởng Nguyên Thanh (*Chùa An Lạc*), Ni trưởng Giác Hương (*Chùa Vạn Hạnh*), Ni sư Như Thông (*Chùa Dược Sư*), Ni Sư Minh Phước (*Tịnh Thất Phật Bửu*), Ni sư Tâm Nhật (*Chùa Đại Bi Quan Âm*), Ni sư Giới Hương (*Chùa Hương Sen*), Ni sư Như

Ngọc (*Chùa A Di Đà*), Ni sư Nguyên Thiện (*Chùa Huyền Không*), Ni sư Như Hiếu (*Chùa Đức Viên*), Ni sư Nhật Lan (*Chùa Giác Minh*), Ni sư Quảng Tịnh (*Chùa Phật Quang*), Ni sư Nhật Phúc (*Chùa Giác Minh*), cùng nhiều Chư tôn Thiền đức Ni khác của 30 đơn vị chùa cũng như quý thiện hữu tri thức đã về đây để thắp nén hương tưởng nhớ cội nguồn.

Ni Trưởng *thượng* Nguyên *hạ* Thanh, trưởng ban tổ chức buổi lễ, trong bài diễn văn đã nhấn mạnh về cội nguồn như sau:

"Cây có cội mới trổ cành xanh lá

Nước có nguồn mới bủa khắp rạch sông.

Sau khi Di Mẫu xuất gia, nhiều mệnh phụ, thể nữ… cũng xin xuất gia trong giáo đoàn Ni giới. Đã trên 2560 năm lịch sử, Ni giới Phật giáo không chỉ hiện diện giới hạn trong đất nước Ấn Độ, mà đã đi truyền Đạo sang nhiều nước Á Đông. Cho đến nay, Ni giới Phật giáo đã và đang hoằng Pháp gần khắp cả năm châu. Thế cho nên, Kiều Đàm Di được xem là Sơ Tổ của Ni giới Phật giáo."

Trong buổi lễ hôm nay cũng có sự hiện diện chứng minh của Chư tôn Thiền đức Tăng như Hòa Thượng Nguyên Tú, TT Đồng Phước, Đại đức Chơn Pháp Cẩn... Thay mặt cho Tăng già, Hòa Thượng Nguyên Tú tán thán việc làm của Ni chúng hôm nay, Ngài nhấn mạnh rằng: "Ngoài đời thường có lễ tôn vinh các vĩ nhân, huống gì Kiều Đàm Di là Vị Sơ Tổ đầy đức hạnh của Ni giới và là Dì Mẫu của Thái tử Sĩ Đạt Đa tức Đức Từ Phụ của chúng ta, nên không thể không tôn vinh tưởng nhớ đến Ngài… "

Đại đức Chân Pháp Cẩn, đệ tử của Sư Ông Nhất Hạnh nói rằng: "Đức Phật thúc đẩy nữ quyền, nên cho phụ nữ xuất gia. Nữ giới trong truyền thống của Sư ông Nhất Hạnh cũng được đề cao như vào mỗi năm mới, Ni lạy Tăng 3 lạy, rồi Tăng cũng lạy Ni 3 lạy đáp trả…Ngoài xã hội, cũng tôn trọng phụ nữ, nên có nhiều quốc gia có phụ nữ giữ chức nguyên thủ, thủ tướng và nhiều chức sắc cao như bà Jacinda Kate là thủ tướng nước New Zealand, hoặc bà Aung San là nữ chính trị gia nước Miến điện, đoạt giải Hòa Bình Nobel (1991)…"

Trong bài đạo từ, Ni Trưởng *thượng* Như *hạ* Hòa, Trụ Trì Chùa Dược Sư, miền Nam California, bày tỏ tấm lòng biết ơn đến Sơ Tổ Đại Ái Đạo đã vì nâng cao mở đầu sự nghiệp giải thoát của Ni đoàn mà lặn lội chân trần đi từ xa đến để cầu xin Đức Phật cho Ni giới xuất gia… và hiện nay, thay mặt chư Ni tán thán công đức Ni trưởng Nguyên Thanh đã đứng ra tiên phong tổ chức lễ để Chư Ni Việt nam tại hải ngoại có cơ hội được quy tụ về tưởng niệm cội nguồn.

Trong bài Tiểu Sử Thánh Tổ Đại Ái Đạo, Ni sư TN Quảng Tịnh, Trụ Trì Chùa Phật Quang, San Jose, nói lên ý chí phấn đấu của chư Tổ Ni để Đức Từ Phụ Thế Tôn và Tăng già vui khi thấy các đệ tử Ni đã tinh tấn tu tập và chứng quả theo bước chư Thánh Tăng như sau:

	Chư Thánh Tăng	**Chư Thánh Ni**
1.	Tôn giả Xá Lợi Phất:	Tôn giả Ni Kế Ma:
	Trí Tuệ đệ nhất	Trí Tuệ đệ nhất
2.	Tôn giả Mục Kiền Liên:	Tôn giả Ni Liên Hoa Sắc:
	Thần thông đệ nhất	Thần thông đệ nhất
3.	Tôn giả Ma Ha Ca Diếp:	Tôn giả Ni Ma Ha Ba Xà Ba Đề:
	Đầu đà đệ nhất	Đầu đà đệ nhất
4.	Tôn giả A Nan Luật:	Tôn giả Ni Cổ Câu La:
	Thiên nhãn đệ nhất	Thiên nhãn đệ nhất

5. Tôn giả Tu Bồ Đề: Giải Không đệ nhất	Tôn giả Ni Tô Na: Giải Không đệ nhất
6. Tôn giả Phú Lâu Na: Thuyết pháp đệ nhất	Tôn giả Ni Pháp Dữ: Thuyết pháp đệ nhất
7. Tôn giả Ca Chiên Diên: Luận nghĩa đệ nhất	Tôn giả Ni Chỉ Già La Ma Đa: Luận nghĩa đệ nhất
8. Tôn giả Ưu Bà Li: Trì Luật đệ nhất	Tôn giả Ni Ba Sất Già La: Trì Luật đệ nhất
9. Tôn giả A-nan: Đa văn đệ nhất	Tôn giả Ni Bạt Đà Nhã Đà La: Đa văn đệ nhất
10. Tôn giả La Hầu La: Mật Hạnh đệ nhất	Tôn giả Ni Nan Đà: Mật Hạnh đệ nhất

Đến phần nghi lễ dâng hoa quả lên cúng Sơ Tổ, Chủ sám Ni sư Nguyên Thiện, Trụ Trì Chùa Huyền Không, San Jose, cùng ban Kinh sư Ni tiến cúng cung thỉnh Thánh Tổ lai lâm đàn tràng Chùa An Lạc như sau:

"Hạnh nguyện lưu phương thế thế truyền, Tùy cơ cảm ứng tục miên viên. Kiều Đàm nhơn khởi ân lưu bố, Hỷ kiến công viên chiếu đại thiên. Nhuận trạch Ni lưu triêm đức hóa, Thanh lương hải chúng phát tâm điền. Cung thừa thoại khí Kiều Di Mẫu, Bất xả từ bi giáng pháp diên."

Cả hội trường vô cùng cảm xúc khi lần đầu tiên được lắng nghe từng lời tha thiết thỉnh Tổ kèm với nhạc khí và chiêm ngưỡng nghi lễ cúng Tổ thật chánh niệm, thật trang nghiêm lắng đọng cả cõi Trời và người. Tiếp theo là phần cúng Tiểu tường mãn tang của Cố Ni Trưởng Tâm Hoa, Sư phụ của Ni trưởng Chùa An Lạc. Đến phần đọc tiểu sử hạnh nguyện của Cố Sư phụ, Ni trưởng Chùa An lạc đã rơi nước mắt nhớ lúc sanh tiền được tu học với Sư phụ, khiến cả hội trường cũng không cầm được nước mắt. Ôi! Ân nghĩa nghìn trùng, văn hóa tình người thấm đẫm trong buổi lễ hôm nay.

Sau buổi cơm trưa là phần tiệc trà thân mật giữa chư Ni cùng ôn về Cuộc đời của Sơ Tổ và các Trưởng lão Ni tiền bối dưới sự điều phối của Ni sư Giới Hương và Ni sư Nguyên Thiện. Ni Trưởng Giác Hương, Trụ Trì Chùa Vạn Hạnh, Seatle, đã mong muốn chư Ni trẻ giữ nghiêm túc Bát Kính Pháp vì đó là phẩm hạnh của một nữ tu sĩ khiêm cung và đạo hạnh. Ni sư Như Ngọc, Trụ Trì Chùa A Di Đà, miền Nam Cali, đã cảm thán rằng: Rất vui từ miền Nam California về đây tham dự lễ tưởng niệm. Đây là bước nối kết để bảo bọc và hỗ trợ Ni giới với nhau, nhất là khi chúng ta ở hải ngoại. Ni sư Tâm Nhật cũng bày tỏ lòng cảm kích khi về tham dự lễ hôm nay. Mong quý Ni trưởng tiếp tục duy trì lễ Tưởng niệm mỗi năm, và nhiều ý kiến khác góp ý cùng chung giữ và xây dựng truyền thống Ni giới. Sau khi lấy ý kiến chung của tập thể, Ni Trưởng Nguyên Thanh đúc kết rằng năm 2020 vào khoảng tháng 7 mùa Hạ, chư Ni sẽ tổ chức An cư tại Chùa An Lạc 6 ngày từ thứ Hai đến thứ Bảy và ngày cuối giải hạ cũng là ngày Tưởng Niệm Sơ Tổ và Hội Thảo. Ni Sư Nguyên Thiện đề nghị: Trong hội thảo sẽ có ít nhất 2 vị thuyết trình về đức hạnh của 1,2 vị Ni tiền bối nổi bật để làm bước thúc đẩy cho Ni trẻ tu tập theo.

Hoàng hôn đã chuyển, trời về chiều. Thời gian trôi qua nhanh, cuộc vui nào rồi cũng đến hồi kết thúc. Đến giờ này, Buổi lễ Tưởng niệm Sơ Tổ Kiều Đàm Di Đại Ái Đạo và Chư Tôn Trưởng Lão Ni tiền bối do Ni Trưởng thượng Nguyên hạ Thanh, Trụ trì Chùa An Lạc, San Jose, California, làm trưởng ban tổ chức đã kết thúc với những thành tựu mỹ mãn. Thay mặt ban tổ chức, Ni sư TN Giới Hương, Trụ Trì Chùa Hương Sen, miền Nam California, đã cảm tạ qua những lời tri ân như sau:

"Những thành tựu của buổi tưởng niệm này có được là nhờ tình thương quang lâm của Hòa Thượng Nguyên Tú, Thượng Tọa Đồng Phước, Đại đức Chơn Pháp Cẩn, Ni trưởng Như Hòa, Ni trưởng Giác Hương, Ni sư Như Ngọc, cùng nhiều Chư tôn đức Thiền đức Tăng Ni khác, cũng như quý thiện hữu tri thức, phật tử đồng hương đã nhớ ngày giỗ mà cùng về đốt nén tâm hương tưởng niệm... Chúng con nguyện duy trì mỗi năm, mỗi làm lễ tưởng niệm nhớ về Sơ Tổ Ni, để tạo cơ hội cho Chư tôn Thiền đức Ni từ các nơi cùng tụ về, cùng khuyến khích nhau tu học, chia sẻ tình thân và kinh nghiệm thực hành lời chư Phật và Thánh Tổ dạy, theo bước chân Sơ Tổ Kiều Đàm Di Đại Ái Đạo, để xứng đáng là con cháu của các Ngài trên bước đường xuất thế hiển dương chánh pháp, trì giữ mạng mạch Như Lai."

Tri âm điệu nhạc lời ca
Về đây sum họp một nhà bên nhau
Tình thương ân nghĩa cao sâu
Kiều Đàm kết tựu, Đạo mầu lan xa.

Nam Mô Sơ Tổ Ni - Kiều Đàm Di
- Đại Ái Đạo tác đại chứng minh.

Thung lũng hoa vàng San Jose,
ngày 31/08/2019
Kính tường,
Thích Nữ Giới Hương
(huongsentemple@gmail.com)

PHỤ LỤC 3

PHƯƠNG CÁCH NI GIỚI TRI ÂN THÁNH TỔ KIỀU ĐÀM DI

Thích Nữ Giới Hương

Thánh Tổ Đại Ái Đạo Kiều Đàm Di đã thành lập chiếc nôi Ni đoàn ở Tỳ Xá Ly (miền bắc Ấn Độ) hơn 2 ngàn năm trăm năm trước. Ngài là nữ tiên phong khai đường cho hàng nữ giới được thoát khỏi sự trọng nam khinh nữ của xã hội Ấn Độ cổ đại. Nhờ Ngài, nữ nhi được xuất gia, được gia nhập tăng đoàn, học giới-định-tuệ, và từng bước, từng bước một, bước lên hàng thánh hiền như các chư thánh Tăng đệ tử.

Trải qua bao thăng trầm của lịch sử Phật Giáo, từ thời kỳ cổ đại, trung đại, cận hiện đại và đến ngày nay, Giáo Ni đạo hạnh khiêm cung mẫu mực của Ngài cùng Chư Ni trưởng hữu công gìn giữ, phát triển và lan truyền rộng rãi khắp Việt Nam, Hoa Kỳ, và trên toàn thế giới.

Thừa hưởng ân đức của Ngài,

Chúng con chư Ni giới tại Hoa Kỳ hôm nay cung kính năm vóc sát đất đảnh lễ Đức Bổn Sư Thích Ca Mâu Ni Phật, vị Thầy của trời người, bậc Thế Tôn của cõi ta bà ngũ trược.

Chúng con chư Ni giới tại Hoa Kỳ hôm nay cung kính năm vóc sát đất đảnh lễ tri ân Tôn giả A-Nan, đã vì chúng con mà khẩn xin khai đường xuất gia cho hàng ni giới.

Chúng con chư Ni giới tại Hoa Kỳ hôm nay cung kính năm vóc sát đất đảnh lễ vị Sư tổ Ni Giới, Thánh tổ Đại Ái Đạo Kiều Đàm Di cùng Chư Ni trưởng tiền bối hữu công.

Chúng con một lòng chân thành phát nguyện:

TU TẬP

- Chúng con nguyện giữ gìn giới luật Tỳ Kheo Ni như mạng mạch của Phật pháp.
- Lấy sự tu tập giải thoát làm sự nghiệp chính.
- Thúc liễm thân tâm, chánh niệm, tỉnh giác, hộ trì sáu căn.
- Mỗi nửa tháng tụng giới để ôn cố và tri tân: Cần phải linh hoạt, biết thích ứng và áp dụng giới luật vào đời sống hiện thực, chứ không phải chỉ là cứng ngắc trong khuôn sáo.
- Vâng giữ Bát kính pháp, biểu thị đạo hạnh khiêm cung của những bậc nghiêm trì truyền thống cao đẹp của Phật pháp.
- Tuân giữ pháp lục hòa, kính trên nhường dưới, nâng đỡ chư ni và hộ trì hàng xuất gia và tại gia.
- Trao dồi Pháp học và thực hành chứng ngộ (pháp hành). Lấy giới hạnh đoan nghiêm làm gương lành cho hàng ngũ xuất gia và tại gia. Hành đạo với tất cả lòng thành kính, chân thật tự nhiên và không lợi dưỡng.

HOẰNG PHÁP

Chúng con phát nguyện hình thành sinh hoạt Ni giới.

- Trọn đời sống với lý tưởng phục vụ Đạo pháp và nhân sinh. Duy trì, củng cố, và phát triển sự nghiệp hoằng pháp của Ni đoàn để mọi người tôn sùng và kính tín Phật pháp.
- Thành lập, xây dựng chùa Ni, trường Ni, đào tạo những vị Ni tài đức, có khả năng hội nhập văn hóa địa phương, diễn đạt, và truyền bá Phật pháp thích ứng với nhu cầu tâm linh của con người qua những phương tiện tuyền thông hiện đại của thế kỷ XXI như Facebook, Fanpage, youtube, Google, twitter…
- Phát huy khả năng truyền đạt Phật pháp, độ ni bằng sự thực nghiệm và chứng nghiệm, thể hiện cụ thể qua thân giáo, khẩu giáo và ý giáo.
- Ni giới phát huy tánh: Chủ động, lạc quan, cống hiến, trưởng thành, thực tiền, và làm chỗ nương tựa cho ni chúng.
- Dấn thân phụng sự Phật pháp, trên cả hai phương diện xuất thế và nhập thế, bằng nỗ lực tiến tu giải thoát đạo, và đồng thời phát huy tinh thần Bồ tát đạo. Huớng dẫn quần chúng tiếp thu Phật pháp trong tinh thần hướng thượng và thực tiễn.

Chúng con cung kính đảnh lễ kính dâng Kiều Đàm A La Hán Tổ Ni đôi vần thơ mộc mạc:

Kiều Đàm Di Mẫu Pháp hoa

Mở đường Ni Giới Phật Đà nguyện Tu.

Thanh cao sáng đẹp ngàn thu.

Từ Bi, Bình Đẳng Sử lưu sáng ngời

Giới Ni lan tỏa muôn nơi
Đại Ni độ chúng chơi vơi Ta bà.
Tri ân Thánh Tổ Pháp hoa
Rập đầu tôn kính bao la phát nguyền.

Nam Mô Ta Bà Giáo Chủ Điều Ngự
Bổn Sư Thích Ca Mâu Ni Phật.

Nam Mô Đại Ái Đạo Kiều Đàm Di A La Hán Tổ Ni cùng
Chư Ni Trưởng Tiền Bối hữu công tác đại chứng minh.

Giỗ Tổ Kiều Đàm Di lần 2 tại Hoa Kỳ,
Mồng 08 tháng 02 âm lịch năm Nhâm Dần,
nhằm ngày 10 tháng 03 năm 2022
Kính lạy,
Hậu học Thích Nữ Giới Hương
(huongsentemple@gmail.com)

PHỤ LỤC 4

SÁNG NGỜI THÁNH TỔ KIỀU ĐÀM DI VÀ NI GIỚI

Thích Nữ Giới Hương

Nam mô Phật Mẫu Kiều Đàm Di Ni Đại Ái Đạo Tổ Sư

Kính bạch chư Tôn Tịnh Đức Ni!

Như lời Cổ nhân dạy:

Cây có cội mới trổ cành xanh lá
Nước có nguồn mới bủa khắp rạch sông.

Kiều Đàm Di là Sơ Tổ của Ni giới Phật giáo. Di Mẫu với lòng thành tha thiết, muốn được gia nhập Tăng đoàn. Ngài đã cùng với 500 Hoàng nữ từ Cung thành Ca-tỳ-la-vệ đi đến nơi Phật và chư Tăng đang cư trú để cầu xin xuất gia. Hành trình cầu đạo của Di Mẫu vô cùng gian khổ. Ngài đã cùng với đoàn tùy tùng đi chân trần cả nghìn dặm, trải qua bao cảnh nắng sương, gió bụi... Những đôi gót son của Di Mẫu và những Hoàng nữ quý tộc này đã sưng vù và rướm máu. Cuối cùng Đức Phật đã chấp nhận.

Sau khi Di Mẫu xuất gia, nhiều Mệnh phụ, Thể nữ... cũng xin xuất gia trong giáo đoàn Ni giới. Rồi sau đó, hàng nghìn người nữ trong mọi tầng lớp của Ấn Độ cũng được xuất gia, làm một trong tứ chúng đệ tử của Phật. Họ không những thoát khỏi mọi buộc ràng và áp đặt của gia đình, xã hội, mà còn được tôn vinh đúng với giá trị thật của con người, được sống cuộc đời thanh cao và giải thoát.

Với sự đảm bảo của Tôn giả A-Nan, Di Mẫu Kiều-Đàm-Di (Mahā-Pajāpatī Gotamī) đã chấp nhận tuân thủ tám kính pháp, và Đức Phật đã chấp nhận cho bà cùng với 500 cung phi mỹ nữ gia nhập vào Tăng đoàn.

Bát kính pháp như nhánh cầu bắt qua sông lớn để hành giả có thể đi đến bờ bên kia giải thoát. Nhiều kinh nói rằng tất cả 500 tỳ-kheo-ni này đều đạt được an lạc giải thoát. Đức Phật cũng đã chế giới bổn tỳ-kheo-ni và nghi thức truyền giới Tỳ-kheo-ni cho ni chúng.

Có ba nguồn tư liệu chính nói về huyền thoại và các mẫu chuyện của nữ giới là Kinh Apadana (tác phẩm thứ 13 của Tạp Bộ kinh), Tăng chi bộ kinh (Anguttara-Nikaya) và Trưởng lão Ni kệ (Therigatha). Trong đó, Trưởng lão Ni kệ kể lại rất rõ các công hạnh khác nhau của nữ giới, những người đã tự nỗ lực tu tập để chứng đắc Niết-bàn. Kinh Manorathapurani (thuộc Tăng chi bộ kinh) đề cập danh sách các bậc Trưởng lão Ni, Sa-di-ni và các cận sự nữ thanh tịnh và đức độ.

Được phép của Đức Phật cho thành lập giáo đoàn Ni, Di Mẫu Kiều-Đàm-Di đã tạo nhiều điều kiện tu tập cho Ni giới thậm chí ngay cả nhiều phụ nữ bất hạnh, đau khổ cũng đều được giải thoát khỏi sự ràng buộc. Chẳng hạn trong một số kinh ở Tăng Chi Bộ và Tương Ưng Bộ, Đức Phật đã tuyên bố như vậy:

"Này các con, nếu các con có thể xuất gia sống đời sống không nhà, các con có thể trở thành như Ni sư Khema và Uppalavanna".

Trưởng Lão Ni Kệ đã mô tả kinh nghiệm sống, tu tập và sự giác ngộ chứng quả của nhiều vị ni.

Đưa tay giở từng trang lịch sử
Như thấy người xưa bỗng hiện về
Thánh tổ Ni giới còn lưu lại
Dấu vết ghi ghi để hậu lai.

Thời gian trôi qua đã trên 2560 năm lịch sử, Ni giới Phật giáo không chỉ hiện diện giới hạn trong đất nước Ấn Độ, mà đã đi truyền Đạo sang nhiều nước Á Đông. Cho đến nay, Ni giới Phật giáo đã và đang hoằng Pháp gần khắp cả năm châu.

Tại Hoa Kỳ, ni giới Phật giáo buổi đầu từ Việt Nam xuất dương đến Hoa Kỳ rất ít. Những người đầu tiên là Cố Ni Trưởng Thích Nữ Đàm Lựu, Ni Trưởng Thích Nữ Nguyên Thanh, Ni Trưởng Thích Nữ Như Hòa, Ni Trưởng Thích Nữ Giác Hương, Cố Ni Trưởng Thích Nữ Diệu Từ, Cố Ni Trưởng Như Nguyện và một số Tôn đức Ni khác... là những bậc Ni sư đại tài đóng vai trò tích cực năng động trong nhiều lãnh vực như hoằng pháp, giáo dục, văn hoá và từ thiện xã hội.

Kể từ đầu thế kỷ 21 đến nay, luật định cư tại Hoa Kỳ khá dễ dàng đối với Tôn giáo. Nhiều chư Ni trẻ từ Việt Nam sang, một số du học từ các nước như Ấn Độ, Đài Loan, Trung Quốc v.v… đến, số lượng chư Ni mỗi ngày một đông. Hôm nay dưới mái chùa Phước Quang, Ni giới Phật giáo tại Miền Nam California, Hoa Kỳ, có dịp tập trung, cùng về, ngồi lại bên nhau, cùng tưởng niệm ân đức của Tổ Kiều Đàm Di, Người đã từng dành hết tình thương và nuôi dưỡng Đức Phật khi còn là Thái tử; và cũng nhờ Thánh Tổ Kiều Đàm Di mà nhóm nữ giới chúng con được xuất gia, dự vào hàng Tứ chúng đệ tử của Phật.

Chúng con kính tri ân thắng duyên này và thành tâm

phát nguyện phát huy năng lực trí tuệ và tâm linh của mình để góp sức nhỏ cùng Chư Tăng giữ gìn ngôi nhà Phật pháp chung cho nhân loại.

Ái Gia Phong Ngàn Năm Còn Ghi Dấu

Sáng ngời Thánh Tổ Kiều Đàm Di,
Trưởng Lão Ni Tiền Bối.

Nam mô Chư Lịch đại Tổ Sư tiền bối

Nam mô Phật Mẫu Kiều Đàm Di Ni
Đại Ái Đạo Tổ Sư tác đại chứng minh.

PHỤ LỤC 5

MÓN QUÀ KÍNH DÂNG LÊN THÁNH TỔ KIỀU ĐÀM DI NHÂN NGÀY GIỖ TỔ

Thích Nữ Giới Hương

Nam mô Bổn sư Thích Ca Mâu Ni Phật

Nam mô Đại Thánh Khải Giáo A Nan Đà Tôn Giả

Nam mô Phật Mẫu Kiều Đàm Di, Đại Ái Đạo Tổ Sư

Ngưỡng bái bạch Chư Tôn Tịnh Đức Nhị Bộ Tăng Già,

Kính thưa quý Phật tử đồng hương đang hiện diện tại đây,

Như lời Cổ nhân dạy:

Cây có cội mới trổ cành xanh lá

Nước có nguồn mới bủa khắp rạch sông.

Ái *gia phong ngàn năm còn ghi dấu*

Gương sáng ngời Thánh Tổ Kiều Di, Trưởng lão Ni tiền bối.

Chúng con là chư huynh đệ tỷ muội Ni giới tại California và nhiều tiểu bang khác của Hoa Kỳ, nhân ngày Giỗ Thánh Tổ Kiều Đàm Di mồng 8 tháng 2 âm lịch được tổ chức tại Chùa Phước Quang, do Ni sư TN Như Quang làm trưởng ban tổ chức.

Chúng con kính đảnh lễ chư tôn thiền đức nhị bộ Tăng Già hiện tiền. Vâng lời, Đại tăng sai và cho phép chúng con đại diện Chư Ni, đã cho phép chúng con có đôi lời bộc bạch trước giờ phút thiêng liêng này dâng món quà tinh thần lên Thánh Tổ Kiều Đàm Di nhân ngày giỗ Tổ. Chúng con thiết nghĩ do nhân duyên nhiều đời, được sự từ bi thương xót cứu độ của Đức Phật Thích Ca và được Thánh Tổ Đại Ái Đạo mở đường mà chúng con được dự hàng xuất gia, đầu tròn áo vuông, làm trưởng tử của Như Lai, được học giới luật tỳ-kheo-ni, tụng kinh, ngồi thiền, tu dưỡng giới thân huệ mạng trên đường giải thoát.

Đó là Thừa tự Pháp, là Món quà tinh thần lớn nhất mà Đức Phật Thích Ca và Chư Thánh Tổ đã trao cho chư Ni chúng con và chúng con có được gia tài bảo vật giải thoát đó trong cuộc đời này.

Trong Kinh Thừa Tự Pháp (Kinh Trung Bộ số 3 Dhammadàyàda sutta), Đức Phật dạy:

Này chư Hiền, có ba trường hợp đáng được tán thán.

1. Vị Đạo Sư sống viễn ly, các đệ tử tùy học viễn ly.
2. Những pháp nào vị Đạo Sư dạy nên từ bỏ, những pháp ấy các đệ tử từ bỏ.
3. Các đệ tử Phật nên xa lìa cuộc sống đọa lạc, hưởng nhàn, hưởng thụ, lười biếng, thụ động mà nên hướng về nếp sống nhà chùa, trong sự tri túc, viễn ly và tinh tấn.

Ở đây, này chư Hiền, tham, sân, phẫn nộ, hiềm hận, giả dối, não hại, tật đố, xan lẫn, man trá, phản bội, ngoan cố, bồng bột nông nổi, mạn, tăng thượng mạn, kiêu và phóng dật là những ác pháp. Có một con đường Trung đạo diệt trừ những các pháp này, khiến (tịnh) nhãn sanh, khiến (chân) trí sanh, hướng đến tịch tịnh, thắng trí, giác ngộ, Niết-bàn.

Và này chư Hiền, con đường Trung đạo ấy là gì - (con

đường) khiến (tịnh) nhãn sanh, khiến (chân) trí sanh, hướng đến tịch tịnh, thắng trí, giác ngộ, Niết-bàn?

Đó là con đường Thánh tám ngành, tức là: Chánh tri kiến, Chánh tư duy, Chánh ngữ, Chánh nghiệp, Chánh mạng, Chánh tinh tấn, Chánh niệm, Chánh định. Này chư Hiền, đó là con đường Trung đạo khiến (tịnh) nhãn sanh, khiến (chân) trí sanh, hướng đến tịch tịnh, thắng trí, giác ngộ, Niết-bàn.

Đó là pháp giải thoát, là giáp pháp mà Như Lai để lại, như của hồi môn, thựa tự pháp, trao cho bốn chúng đệ tử là Tỳ kheo, Tỳ kheo ni, cư sĩ Nam và cư sĩ nữ.

Ngưỡng bái bạch Đức Thế Tôn Từ Phụ Bổn Sư Thích Ca Mâu Ni Phật,

Ngưỡng bái bạch Thánh Tổ Kiều Đàm Di Mẫu Đại Ái Đạo,

Ngưỡng bái bạch Chư Tôn Tịnh Đức Nhị Bộ Tăng Già,

Cõi ta bà này, thế kỷ XXI là thời điểm con người phải đối mặt với đại dịch Covid, chiến tranh Ukraine-Nga, động đất Thổ Nhĩ Kỳ, các vấn đề nhập cư, bạo lực, chiến tranh, giẫm đạp chết người, đánh bom khủng bố và nhiều khó khăn khác. Xã hội hỗn loạn, đầy sợ hãi và bất an. Vào những lúc như thế này, sự hiện diện của các đệ tử Phật giáo, những vị hiện thân của tình thương, hiểu biết, chia sẻ, cảm thông, đạo đức, để làm đẹp đạo tốt đời. Sự hiện diện của gia tài hồi môn, thừa tự pháp của Đức Thế Tôn là điều cần thiết để đối mặt với thế giới bấp bênh ngày nay.

Ở thời đại nào cũng cần ở Nữ đệ tử của Đức Phật những giá trị đạo đức như: từ bi, trí tuệ, khiêm cung, hy sinh, định tâm, siêng năng cần cù chịu khó, năng động, sáng tạo, lạc quan đầy sức sống, vị tha bao dung, đảm đang và kết nối, vv…. Những đức tính này sẽ tạo ra những năng lượng tốt lành, những khí chất và những chìa khóa để truyền cảm hứng cho mọi thế hệ trong việc xây dựng gia đình, xã hội, đất nước và thế giới. Chúng con là nữ đệ tử của Đức Phật, phát nguyện đặt cho mình mục tiêu cao thượng, thể hiện giới định tuệ, xây dựng đạo và đời. Chúng con biết đây là món quà tinh thần, món quà thừa tự mà Chư Phật và Chư Tổ rất mong muốn chúng con kính dâng lên quý ngài trong dịp Lễ Giỗ Tổ Thánh Kiều Đàm Di Đại Ái Đạo hàng năm.

Bởi lẽ do những đức hạnh cao quý này, Chư Ni giới trở nên có giá trị, có khả năng tự giải thoát mình và người, Chư ni giới sẽ trở thành gương mẫu, là nơi nương tựa cho các chúng sanh đang đau khổ xung quanh. Các giá trị đạo hạnh tinh thần này trở thành nền tảng đạo đức vững chắc, đem lại sự an toàn, hạnh phúc, bình yên cho mỗi người, mỗi chùa, mỗi gia đình và mỗ xã hội. Xã hội cần sức mạnh tinh thần này do các nữ đệ tử Phật mang đến, để giúp đối mặt với thế giới bấp bênh ngày nay.

Chư Ni giới hãy Là Người Đức Hạnh. Gương mẫu của Giới Định Tuệ Và Truyền Cảm Hứng Này Cho Những vị xung quanh chúng ta để cứu vãng thế giới, xây dựng nhân gian tịnh độ!

Đây là móng quá Pháp mà thời đại nào, thế kỷ nào cũng cần, nhất là bây giờ và ở đây. Chúng con sẽ nguyện đem hết khả năng nhỏ bé của mình để khởi đèn Phật pháp:

Cành cành lá lá tiếp nối tương truyền

Tổ đường rực rỡ ánh sáng xương minh.

Ngưỡng bái bạch Đức Thế Tôn Từ Phụ Bổn Sư Thích Ca Mâu Ni Phật,

Ngưỡng bái bạch Chư Lịch Đại Tổ Sư Tiền Bối

Ngưỡng bái bạch Thánh Tổ Kiều Đàm Di Mẫu Đại Ái Đạo,

Và Chư Tôn Tịnh Đức Nhị Bộ Tăng Già tác đại chứng minh cho món quà và lời phát nguyện của chúng con kính dâng trong ngày giỗ Tổ hôm nay.

Nam mô A Di Đà Phật.

Santa Ana, ngày 25 tháng 02 năm 2023

Kính bút,

Thích Nữ Giới Hương

huongsentemple@gmail.com

TỦ SÁCH BẢO ANH LẠC

do Ni Sư Tiến Sĩ TN Giới Hương biên soạn

1.1. SÁCH TIẾNG VIỆT

1. *Bồ-tát và Tánh Không Trong Kinh Tạng Pali và Đại Thừa.*
2. *Ban Mai Xứ Ấn -Tuyển tập các Tiểu Luận Phật Giáo* (3 tập).
3. *Vườn Nai – Chiếc Nôi.*
4. *Quy Y Tam Bảo và Năm Giới.*
5. *Vòng Luân Hồi.*
6. *Hoa Tuyết Milwaukee.*
7. *Luân Hồi trong Lăng Kính Lăng Nghiêm.*
8. *Nghi Thức Hộ Niệm, Cầu Siêu.*
9. *Quan Âm Quảng Trần.*
10. *Nữ Tu và Tù Nhân Hoa Kỳ.*
11. *Nếp Sống Tỉnh Thức của Đức Đạt Lai Lạt Ma Thứ XIV.*
12. *A-Hàm: Mưa pháp chuyển hóa phiền não*, 2 tập.
13. *Góp Từng Hạt Nắng Perris.*
14. *Pháp Ngữ của Kinh Kim Cang.*
15. *Tập Thơ Nhạc Nắng Lăng Nghiêm.*

16. *Nét Bút Bên Song Cửa.*
17. *Máy Nghe MP3 Hương Sen* (Hương Sen Digital Mp3 Radio Speaker): Các Bài Giảng, Sách, Bài viết và Thơ Nhạc của Thích Nữ Giới Hương (383/201 bài).
18. *DVD Giới Thiệu về Chùa Hương Sen.*
19. *Ni Giới Việt Nam Hoằng Pháp tại Hoa Kỳ.*
20. *Tuyển Tập 40 Năm Tu Học & Hoằng Pháp của Ni sư Giới Hương*, Thích Nữ Viên Quang, TN Viên Nhuận, TN Viên Tiến, and TN Viên Khuông.
21. *Tập Thơ Nhạc Lối Về Sen Nở.*
22. *Nghi Thức Công Phu Khuya – Thần Chú Thủ Lăng Nghiêm.*
23. *Nghi Thức Cầu An – Kinh Phổ Môn.*
24. *Nghi Thức Cầu An – Kinh Dược Sư.*
25. *Nghi Thức Sám Hối Hồng Danh.*
26. *Nghi Thức Công Phu Chiều – Mông Sơn Thí Thực.*
27. *Khóa Tịnh Độ – Kinh A Di Đà.*
28. *Nghi Thức Cúng Linh và Cầu Siêu.*
29. *Nghi Lễ Hàng Ngày - 50 Kinh Tụng và các Lễ Vía trong Năm.*
30. *Hương Đạo Trong Đời 2022* - Tuyển tập 60 Bài Thi trong Cuộc Thi Viết Văn Ứng Dụng Phật Pháp 2022.
31. *Hương Pháp 2022* (Tuyển Tập Các Bài Thi Trúng Giải Cuộc Thi Viết Văn Ứng Dụng Phật Pháp 2022).
32. *Giới Hương - Thơm Ngược Gió Ngàn,* Nguyên Hà.
33. *Pháp Ngữ Kinh Hoa Nghiêm* (2 tập).
34. *Tinh Hoa Kinh Hoa Nghiêm*. Thích Nữ Giới Hương.

NXB Hương Sen.

35. *Phật Giáo – Tầm Nhìn Lịch Sử Và Thực Hành*. Hiệu đính: Thích Hạnh Chánh và Thích Nữ Giới Hương.
36. *Nhật ký Hành Thiền Vipassana và Kinh Tứ Niệm Xứ.*
37. *Nghi cúng Giao Thừa.*
38. *Nghi cúng Rằm Tháng Giêng.*
39. *Nghi thức Lễ Phật Đản.*
40. *Nghi thức Vu Lan.*
41. *Lễ Vía Quan Âm.*
42. *Nghi cúng Thánh Tổ Kiều Đàm Di.*
43. *Nghi thức cúng Tổ và Giác linh Sư trưởng.*
44. *Nghi Lễ Chẩn Tế Mười Hai Loại Cô Hồn*
45. *Kỷ Yếu Lễ Tưởng Niệm Thánh Tổ Kiều Đàm Di tại Chùa Hương Sen năm 2024*

1.2. SÁCH TIẾNG ANH

1. *Boddhisattva and Sunyata in the Early and Developed Buddhist Traditions.*
2. *Rebirth Views in the Śūraṅgama Sūtra.*
3. *Commentary of Avalokiteśvara Bodhisattva.*
4. *The Key Words in Vajracchedikā Sūtra.*
5. *Sārnātha-The Cradle of Buddhism in the Archeological View.*
6. *Take Refuge in the Three Gems and Keep the Five Precepts.*
7. *Cycle of Life*.

8. *Forty Years in the Dharma: A Life of Study and Service—Venerable Bhikkhuni Giới Hương.*
9. *Sharing the Dharma -Vietnamese Buddhist Nuns in the United States.*
10. *A Vietnamese Buddhist Nun and American Inmates.*
11. *Daily Monastic Chanting.*
12. *Weekly Buddhist Discourse Chanting.*
13. *Practice Meditation and Pure Land.*
14. *The Ceremony for Peace.*
15. *The Lunch Offering Ritual.*
16. *The Ritual Offering Food to Hungry Ghosts.*
17. *The Pureland Course of Amitabha Sutra.*
18. *The Medicine Buddha Sutra.*
19. *The New Year Ceremony.*
20. *The Great Parinirvana Ceremony.*
21. *The Buddha's Birthday Ceremony.*
22. *The Ullambana Festival (Parents' Day).*
23. *The Marriage Ceremony.*
24. *The Blessing Ceremony for The Deceased.*
25. *The Ceremony Praising Ancestral Masters.*
26. *The Enlightened Buddha Ceremony.*
27. *The Uposatha Ceremony (Reciting Precepts)*
28. *Buddhism: A Historical And Practical Vision.* Edited by Ven. Dr. Thich Hanh Chanh and Ven. Dr. Bhikṣuṇī TN Gioi Huong.
29. *Contribution of Buddhism For World Peace & Social*

Harmony. Edited by Ven. Dr. Buddha Priya Mahathero and Ven. Dr. Bhikṣuṇī TN Gioi Huong.

30. *Global Spread of Buddhism with Special Reference to Sri Lanka*. Buddhist Studies Seminar in Kandy University. Edited by Prof. Ven. Medagama Nandawansa and Dr. Bhikṣuṇī TN Gioi Huong.

31. *Buddhism In Sri Lanka During The Period of 19th to 21st Centuries*. Buddhist Studies Seminar in Colombo. Edited by Prof. Ven. Medagama Nandawansa and Dr. Bhikṣuṇī TN Gioi Huong.

32. *Diary: Practicing Vipassana and the Four Foundations of Mindfulness Sutta.*

1.3. SÁCH SONG NGỮ (VIETNAMESE-ENGLISH)

1. *Bản Tin Hương Sen: Xuân, Phật Đản, Vu Lan (*Hương Sen Newsletter: Spring, Buddha Birthday and Vu Lan, annual/ Mỗi Năm).
2. *Danh Ngôn Nuôi Dưỡng Nhân Cách - Good Sentences Nurture a Good Manner.*
3. *Văn Hóa Đặc Sắc của Nước Nhật Bản-Exploring the Unique Culture of Japan.*
4. *Sống An Lạc dù Đời không Đẹp như Mơ - Live Peacefully though Life is not Beautiful as a Dream.*
5. *Hãy Nói Lời Yêu Thương-Words of Love and Understanding.*
6. *Văn Hóa Cổ Kim qua Hành Hương Chiêm Bái -The Ancient- Present Culture in Pilgrim.*

7. *Nghệ Thuật Biết Sống - Art of Living.*
8. *Dharamshala - Hành Hương Vùng Đất Thiêng, Ấn Độ, Dharamshala - Pilgrimage to the Sacred Land, India.*

1.4. SÁCH CHUYỂN NGỮ

1. *Xá Lợi Của Đức Phật* (Relics of the Buddha), Tham Weng Yew.
2. *Sen Nở Nơi Chốn Tử Tù* (Lotus in Prison), many authors.
3. *Chùa Việt Nam Hải Ngoại* (Overseas Vietnamese Buddhist Temples).
4. *Việt Nam Danh Lam Cổ Tự* (The Famous Ancient Buddhist Temples in Vietnam).
5. *Hương Sen, Thơ và Nhạc* – (Lotus Fragrance, Poem and Music).
6. *Phật Giáo-Một Bậc Đạo Sư, Nhiều Truyền Thống* (Buddhism: One Teacher – Many Traditions), Đức Đạt Lai Lạt Ma 14th & Ni Sư Thubten Chodren.
7. *Cách Chuẩn Bị Chết và Giúp Người Sắp Chết-Quan Điểm Phật Giáo* (Preparing for Death and Helping the Dying – A Buddhist Perspective)

2. ALBUMS NHẠC

Từ Thơ Thích Nữ Giới Hương

1. *Đào Xuân Lộng Ý Kinh* (The Buddha's Teachings Reflected in Cherry Flowers).
2. *Niềm Tin Tam Bảo* (Trust in the Three Gems).

3. *Trăng Tròn Nghìn Năm* Đón *Chờ Ai* (Who Is the Full Moon Waiting for for Over a Thousand Years?).
4. *Ánh Trăng Phật Pháp* (Moonlight of Dharma-Buddha).
5. *Bình Minh Tỉnh Thức* (Awakened Mind at the Dawn) (*Piano Variations for Meditation*).
6. *Tiếng Hát Già Lam* (Song from Temple).
7. *Cảnh* Đẹp *Chùa Xưa* (The Magnificent, Ancient Buddhist Temple).
8. *Karaoke Hoa Ưu Đàm Đã Nở* (An Udumbara Flower Is Blooming).
9. *Hương Sen Ca* (Hương Sen's Songs)
10. *Về Chùa Vui Tu* (Happily Go to Temple for Spiritual Practices)
11. *Gọi Nắng Xuân Về* (Call the Spring Sunlight).
12. *Đệ Tử Phật*. Thơ: Thích Nữ Giới Hương, Nhạc: Uy Thi Ca & Giác An, volume 4, năm 2023.

Mời xem: http://www.huongsentemple.com/index.php/kinh-sach/tu-sach-bao-anh-lac

NGHI THỨC CÚNG THÁNH TỔ KIỀU ĐÀM DI
Tác giả: Bảo Anh Lạc Bookshelf 89 - Thích Nữ Giới Hương

NHÀ XUẤT BẢN TÔN GIÁO
53 Tràng Thi – Hoàn Kiếm - Hà Nội
ĐT: (024)37822845
Email: nhaxuatbantongiao@gmail.com

Chịu trách nhiệm xuất bản:
Giám đốc: ThS. Nguyễn Hữu Có

Chịu trách nhiệm nội dung:
Tổng Biên tập: Lê Hồng Sơn
Biên tập: Nguyễn Thị Thanh Thủy
Trình bày: Vũ Đình Trọng
Sửa bản in: Vũ Đình Trọng

Số lượng in: 1.000 bản, Khổ: 14 x 20 cm
In tại: Công ty TNHH Sản xuất Thương mại Dịch vụ In ấn Trâm Anh,
159/57 Bạch Đằng, phường 2, quận Tân Bình, thành phố Hồ Chí Minh.
Số ĐKXB: 701-2024/CXBIPH/38-30/TG
Mã ISBN: 978-604-61-7813-2
QĐXB: 166/QĐ-NXBTG ngày 25 tháng 3 năm 2024
In xong và nộp lưu chiểu quý I năm 2024

www.ingramcontent.com/pod-product-compliance
Lightning Source LLC
LaVergne TN
LVHW051025051026
849532LV00004BA/1376
* 9 7 8 6 0 4 6 1 7 8 1 3 2 *